నగరం కథలు

డా. నగరం వినోద్ కుమార్

D9900369

BlueRose ONE.com
S t o r i e s   M a t t e r
NewDelhi • London

BLUEROSE PUBLISHERS

India | U.K.

For permissions requests or inquiries regarding this publication, please contact:

BLUEROSE PUBLISHERS
www.BlueRoseONE.com
info@bluerosepublishers.com
+91 8882 898 898
+4407342408967

ISBN: 978-93-5989-914-5

Cover design: Rishav Rai
Illustration: Late Bali
Typesetting: Rohit

First Edition: March 2024

మా నాన్న..

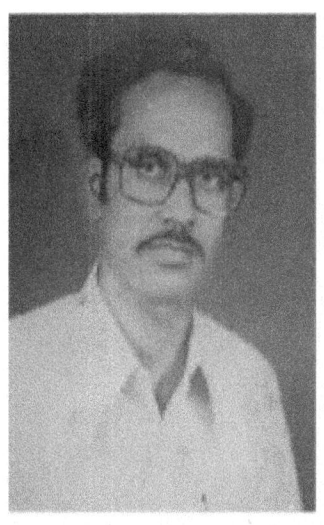

శ్రీ నగరం కృష్ణ మూర్తి గారికి అంకితం

నామాట

పుట్టిన ఊరు చిత్తూరు... పలమనేరు స్వగ్రామం. తల్లిదండ్రులు శ్రీమతి మోహనమ్మ, కీ.శే. నగరం కృష్ణమూర్తి గారు. సోదరి సోదరులు శ్రీమతి హేమలత, శ్రీబాలాజీ. బాల్యం మొత్తము పలమనేరు, చిత్తూరులో గడిచింది. నా లోని పఠనాసక్తికి బీజం పోసింది మానాన్న ఆరోజుల్లో మా ఇంటిలో సమకూర్చిన చిన్నపాటి గ్రంథాలయమే. ఆరేళ్ళ వయస్సు నుండి చందమామ, బాలమిత్రకథలు చదవడం అలవాటు. క్రమంగా యద్దనపూడి... మాదిరెడ్డివారి నవలల నుండి ఆ రోజుల్లో వారపత్రికలలో సీరియల్స్ గావచ్చిన... మల్లాది, యండమూరి, యర్రంశెట్టి... వంటి వారిరచనలు చదువుతూ పెరిగాను. కాలేజీ రోజుల్లో కొన్ని ఇంగ్లిష్ నవలలు కూడా చదివాను... నాలోని రచనాపటిమను నేను గుర్తించడానికి యాభై సంవత్సరాలు పట్టింది. అప్పటికే పశువైద్యశాస్త్రంలో పిహెచ్డి పూర్తయి నేను చదివిన పశువైద్య కళాశాలలోనే ప్రొఫెసర్‌గా స్థిరపడ్డాను. నా సహధర్మచారిణి డా॥ గీత పశువైద్య సహాయసంచాలకులు, నా కళాశాలలోనే చదివారు. పెద్దలు ఆమోదించిన ప్రేమ వివాహం మాది. పిల్లలు చి.పవన్ కృతిక్, తన్మయి. నా బాల్యస్మృతుల ఆధారంగా మొదట ఒక చిన్న కథ వ్రాయడం జరిగింది. నా మొదటి కథ 'జ్ఞాపకాల తడి' నా స్నేహితుడు డా॥ మక్కెన శీను ప్రోత్సాహంతో విశాఖ సంస్కృతి మాసపత్రికలో అచ్చయింది. తరువాత సాక్షి ఫండే స్పెషల్లో 'కొత్తకథలోళ్లు' అనే శీర్షికలో, నా స్నేహితుడు డా॥ మధు స్వానుభవం ఆధారంగా రాసిన, 'అమ్మలేనినిజం' అనే కథ 'ప్రయాణం' అనే పేరుతో అచ్చయ్యింది. బాల్య స్మృతుల లోని మరపురాని ఘట్టాలతోపాటు, ఊహలకు కొంత పదునుపెట్టి

సమకాలీన సమాజం పోకడలకు సాధ్యమైనంత సునిశితమైన హాస్యాన్ని జోడించి, సందేశాత్మకంగా అల్లుకొని మరికొన్ని కథలు రాయడం జరిగింది. పాఠకులను నాతో పాటుగా తీసుకొని వెళ్లి నా అనుభూతులు వాళ్ళను కూడా స్పృశించేలా కథనంలోలీనం చేసి, ఒక మంచి దృశ్యకావ్యాన్ని పాఠకుల కంటి ముందు ఆవిష్కరించడానికి చేసిన నా తొలి ప్రయత్నం ఈ 'నగరంకథలు'. ఇందులోని ఇతర కథలు ఆధునిక ప్రచురణ వేదికల ద్వారా, వార పత్రికల ద్వారా ఇప్పటికే కొంతమంది పాఠకులను అలరించడం జరిగింది. ముఖ్యంగా నాసోదరి హేమావతి, మిఠాయి యుగంధర్, నా స్నేహితులు డా॥ నిర్మల, డా॥ అనిత, డా॥ రామలక్ష్మి గారు నా ప్రతి కథను సమీక్షించి నా వెన్నుతట్టి ప్రోత్సహించారు. వారందరికీ నా హృదయ పూర్వక ధన్యవాదాలు. నా ఈ కథల సంపుటి కి ముందు మాటలు వ్రాసి నన్ను ప్రోత్సహించిన రచయితలు నా మిత్రుడు డా. మక్కెన శ్రీను, గౌరవనీయులు ఆర్ సి కృష్ణస్వామి రాజు గారికి, డా.ఎం.సుగుణరావు గారికి నా మనః పూర్వక కృతజ్ఞతలు.

ఈ చిన్న కథల సంపుటిని పుస్తకం రూపంలో ప్రచురించడం ద్వారా మరింత మంది పాఠకులకు చేరువ అవ్వాలని, ముఖ్యంగా పుస్తక పఠనాసక్తికి దూరమౌతున్న నేటి తరాన్ని మళ్లించడానికి నా ఈ చిరుప్రయత్నాన్ని ప్రోత్సహించి,ఆశీర్వదిస్తారని మనస్ఫూర్తిగా ఆశిస్తూ...

డా॥ నగరం వినోద్ కుమార్

నగరం కథలు... విల్లు విడిచిన బాణాలు!

'నగరం కథలు' చదువుతుంటే చేయి తిరిగిన రచయిత రాసినవేమో అనిపిస్తాయి. కానీ వీటిని మూడేళ్ళ ముందునుంచి కలం పట్టిన కథకుడివని ఊహించలేము. చక్కటి వాక్యనిర్మాణము, సంకోచం లేని భావప్రకటన, చదివించే గుణం...

నగరం వినోద్ కుమార్ గారి వృత్తి వెటర్నరీ డాక్టరైనా ప్రవృత్తి రచయిత కావడం అభినందనీయం.

ఈ పుస్తకంలోని పదహారు కథల్నీ ఎందుకు చదవాలంటే... దేనికవే ప్రత్యేకమైనవి. అందులో కొన్ని సరదావి, మరికొన్ని ఆలోచింపజేసేవి. ఇంకొన్ని మన లోలోతు పొరల్లో ఉన్న తీపిగురుతులను జ్ఞప్తికి తెచ్చేవి. 'అరె... మన బాల్యంలో, కాలేజీ రోజుల్లో... మన ఇంట్లో... ఇలా జరిగిందే...' అని భుజాలు తడుముకుంటాము.

ఎప్పుడో మరిచిపోయిన డబ్బీ, పోలీస్ నిక్కర్, ఆస్థాన మంగలి, నా స్వామి రంగా, జోబీ, డుప్కీ... లాంటి పదాలు మన పాత కాలాన్ని గుర్తుకు తెస్తాయి. ముక్కుల్లో బలపం దూర్చుకోవడం, పుల్ల ఐస్ తినడం, తలకి మిషన్ కట్టింగ్, వదులైన కొత్తబట్టలు... తోబుట్టువుల గిల్లికజ్జాలు... ఒక్కటేమిటి, చాలా సంఘటనలు మనల్ని పరవశింపజేస్తాయి.

తండ్రి తమని సినిమాలకు తీసుకెళ్లలేదని బాధపడటం, ఆడపిల్లలను చందమామను చూసినట్లు దూరంనుంచి చూడటం, అయ్యోర్ల దెబ్బలకు నిక్కర్లు తడుపుకోవడం, ఇంకు విసుర్లు లాంటివి... ఆణిముత్యాల్లాంటి

అనుభూతులు. 'సమ్మె రోజున మధ్యాహ్నం బడికి రావాలా?' లాంటి ధర్మసందేహంలాంటివి అద్భుతంగా ఉండే సహజమైన అనుభవాలు. అందరి బాల్యంలోనూ జరిగే మధుర ఘట్టాలే. అవి గుర్తుకు తెచ్చి తియ్యటి తేనె వర్షంలాంటి కథలు మనకు అందించారు రచయిత.

తను ఎంతో ఎదిగినా, పుట్టి పెరిగిన పుడమితల్లి పలమనేరు, చిత్తూరు, తిరుపతిలను గుర్తు తెచ్చుకుని కథలు రాయడం ప్రశంసనీయం. కథల్లోకి పాఠకులను జారుడుబండలో జార్చినట్లు మృదుమధురంగా తీసుకెళ్ళడం రచయిత నైపుణ్యం.

'హ్యాపీ డేస్' కథలో రచయిత మనల్ని తిరుపతి అంతా తిప్పిస్తాడు. శేషాచలం కొండలు, చిత్తూర్ సాంబార్ రుచి, గాంధీ రోడ్డులో తిరుగుళ్ళు, భీమాస్ హోటల్ దగ్గర కాపు కాయడాలు, కడప చిట్టెమ్మ ఎగ్ దోశెలు... అమ్మాయిల హాస్టల్‌కి స్నాక్స్ పట్టుకెళ్ళే టకెట్ బ్యాచ్, అమ్మాయిలను చూడాలని బస్సు ఎక్కి కండక్టర్ చేత తోయించుకోవడాలు... ఇలా... కాలేజీ రోజుల్లో ఆస్వాదించిన తియ్యటి అనుభూతులు మనల్ని చేయి పట్టుకుని నడిపిస్తాయి. వెన్నెల్లో వెల్లకిలా పడుకుని ఇప్పుడు ఆస్వాదించినా తీపి గుటకలు మింగగలం.

పాతరోజుల్లో మారుపేర్లు పెట్టడం అనేది సామాన్యమైన విషయం, అలాంటి... చెంబయ్యోరు, దోసెల అయ్యోరు, కాంతి అయ్యోరు సాబ్జీ, గాలి మెట్లు, గాలి బ్యాచ్...లాంటి గమ్మత్తైన పేర్లు మనకి సరదాగా అనిపిస్తాయి.

అంతే కాదు... పుస్తకంలోని చాలా పాత్రలు మనల్ని కదిలిస్తాయి. గుర్తు పెట్టుకునేంత గొప్పగా అనిపిస్తాయి. జయమ్మలాంటి బడి టీచర్ మన జీవితంలో కూడా తారసపడి ఉంటే బాగుణ్ణు అనిపిస్తుంది. రచయిత రుచి

చూసిన ఆ చిన్ననాటి జ్ఞాపకాల తడి మన కళ్ళను కూడా చెమ్మపరుస్తుంది.

'బబ్లూలాంటి పెంపుడు కుక్క మన ఇంటిలో కూడా ఉంటే ఎంతో బాగుంటుంది కదా!' అనిపిస్తుంది. దాన్ని 'వదిలించుకున్నాక' రచయిత పడే అంతర్మథనం చూసి మనకు తెలియకనే కళ్ళు తడి అవుతాయి.

'డబ్బు భగవంతుడి సృష్టి, దాన్ని దాచుకోవాలే కానీ ఖర్చు పెట్టకూడదు...' లాంటి ఆలోచన ఉన్న రూమ్మేట్, డబ్బు ఖర్చు కాకూడదని పెరిగిన గెడ్డాన్ని కొండ మీదికి నడిచి వెళ్ళి కళ్యాణ కట్టలో తీయించుకునే రూమ్‌మేట్... బ్లేడ్ డోనార్, బ్లడ్ డోనార్ ఎలా అయ్యాడో తెలిస్తే ముక్కు మీద వేలు వేసుకుంటారు. 'తుఫాన్ ఎక్స్‌ప్రెస్' కథలో వ్యంగ్యాన్ని పండించాడు రచయిత. ఆదాయం పెంచుకోవడానికి ప్రైవేటు బస్సు వారు చేసే వయ్యారాలను సుతిమెత్తగా ఎండగట్టాడు.

అమ్మ (లేని) నిజం చదువుతూ ఉంటే... 'అమ్మకి ఏమయ్యింది?' అని పాఠకుడు వాక్యాల వెంబడి పరుగులు తీస్తాడు. చక్కటి సస్పెన్స్ కథలు కూడా రాయగలిగిన ప్రతిభ ఈ రచయితలో ఉందనిపిస్తుంది. 'ప్రేరణ' కథను చదివితే ప్రియురాలే హీరో ఉన్నతికి ప్రేరణ కలిగించే వైనం ఆసక్తికరంగా ఉంది. 'ఎర్రస్కూటీ నాదే' కథ ద్వారా రచయిత తనలో హాస్య రచనలు చేసే సత్తా ఉందని చెప్పకనే చెప్పాడు.

'కుక్కల వీధి' కథలో కుక్కల మనస్తత్వాన్ని సరదాగా చెబుతూ రచయిత "కొత్త చెప్పుల జత కనిపిస్తే అవి రెండూ పట్టుకెళ్ళవట. ఒక్కటి మాత్రమే తీసుకెళ్ళి చెప్పుల యజమానుల్ని ఆట పట్టిస్తాయి" అని ఛలోక్తిగా చెప్పారు. కుక్కల బెడద గురించి ఆవేదన చెందుతూనే కుక్కల వేటగాళ్ళు వాటిని పట్టుకెళ్ళేటప్పుడు 'అయ్యో!' అని బాధపడి తన సున్నిత

మనస్తత్వాన్ని బయటపెడతాడు. 'అంతర్మథనం' కథలో తండ్రి ఎలా ఉండకూడదో, ఎలా ఉండాలో తెలియజేసే ప్రయత్నం చేశాడు. వ్యవసాయ పక్షపాతి అయిన రచయిత వ్యవసాయం జూదంలా మారిందని 'సస్యశ్యామలం' కథలో ఆవేదన పడతాడు. 'మార్గదర్శి' కథలో ఫేస్‌బుక్ ఫ్రెండ్ పేరుతో జరిగే మోసాలను పాజిటివ్ కోణంలో చెప్పే ప్రయత్నం చేయడం అభినందనీయం.

చదువుతూపోతే ఆపలేరు. ఎందుకంటే అన్ని కథలూ విల్లు విడిచిన బాణాలే. సూటిగా గుండె లోతుల్లోకి వెళ్ళిపోతాయి. లోలోతు పొరల్లోకి చొచ్చుకెళ్తాయి.

సమాజాన్ని విస్తృతంగా చూసినవారు కాబట్టి, వృత్తిరీత్యా పైమెట్టు మీద ఉన్నారు కాబట్టి చూసే విధానం, రాసే విధానం తెలిసింది కాబట్టి ఆయన మరిన్ని కొత్త బాణీ రచనలు చేయాలని కోరుకుంటున్నాను.

అభినందనలతో -

ఆర్ సి కృష్ణస్వామి రాజు,

కథారచయిత

తిరుపతి.

కొన్ని పలుకులు ,, మరికొన్ని విరుపులు ..
ఇంకొన్ని మెరుపులు ..

డా. వినోద్ చదువు లో నా సహాధ్యాయి వృత్తిలో నా సహచరుడు ఇప్పుడు రచయత గా జత కూడడం ఆనందంగా వుంది .వివాద రహితుడు అందరికి ఇష్టమైన వాడు . వినోదంలో ఒక విభిన్న శైలి. గలగల పారే జలపాతంలా అతని తలుపు నిండా ఎప్పుడూ వినోదపు విరుపులే . మా పరిచయం కి 30 సంవత్సరాలు. కళాశాలలో మొదట రోజు చూసినప్పుడు ఎలా ఉన్నాడో ఇప్పుడు అలాంటి ఆత్మీయతే. మనిషి దూరంగా ఉన్నట్లు ఉంటాడు అంతరంగం ఎప్పుడు దగ్గరగానే ఉంటుంది. అతని రచన పత్రికలో చూసుకున్నప్పుడు ఆనందం అంతా ఇంతా కాదు. కథకుడుగా కాలానికి విశ్రాంతి ఇవ్వకుండా క్రమం తప్పకుండా కథలు రాస్తూ ఈరోజు ఒక కథా సంపుటిని వెలువరించడం ఎంతో సంతోషంగా ఉంది.

కథ అంటే ఏమిటి? కథ వాస్తవంతో ఉంటుందా కాల్పనికతను కలిగి ఉంటుందా? వాస్తవాన్ని కథగా మల చడంలో ఇంతకు ముందు చూసిన సంఘటనలో స్మృతులో ఆధారం అవుతాయి. కథను కాల్పనిక దృక్పథంతో చూస్తే రచయిత యొక్క ఊహాశక్తి కల్పనా చాతుర్యం కనిపిస్తాయి. అందుకే కథ వాస్తవ కల్పితము లేదా కల్పిత వాస్తవం అవుతుంది. ఈ సంపుటిలో ఈ రెండు అంశాలు విస్తృతంగా గోచరిస్తాయి. కథలు వాస్తవానికి దగ్గరగా ఉన్నప్పుడు అవి మనకు తారస పడినట్లు

ఉంటాయి వెంటాడు తుంటాయి . అదే కాల్పనికతో కూడినవైతే అబ్బుర పరుస్తాయి ... ఆనందింప చేస్తాయి .

ఈ కథ సంపుటిలో కథలు ఉత్తమ పురుషలో కొనసాగాయి . రచయత మనల్ని తనతో పాటుప్రయాణ నింప చేసి పరిసరాలను, అప్పటి కాలగమన పరిస్థితులను మనకు పరిచయం చేస్తాడు. చిత్తూరు మాండలికం లో మంచి పట్టు ఉన్న రచయిత తన హాస్య చతురతతో, బిగి సడలని కథాగమనం తో ఉక్కిరిబిక్కిరి చేస్తాడు. ప్రతి కథలోనూ అనుభూతి గురి చేయటం రచయిత విశేషణం. ఎన్నుకున్న ఇతి వృత్తం ఏదైనా చదువరిని ఏక బిగిన చదివించడం ఇతని నైజం.

కథల గురించి వస్తే మొత్తం 16 కథలతో నిండిన ద్వి షడ్రుచుల సమ్మేళనం ఈ సంపుటి. బాల్యపు జ్ఞాపకాలతో కూడిన అంశం తో కూడిన కథలో టీచర్ పై పెంచుకున్న అభిమానాన్ని ఆర్ధ్రయిత రీతిలో వెలువరించిన కథలో రచయిత నేర్పు కనిపిస్తుంది . పెంపుడు జంతువుకు మానవుడికి ఉండే సంబంధాన్ని హృద్యంగా ఆవిష్కరించిన తీరు ; చిన్నప్పుడు మనసుకు నచ్చే విషయాన్ని ఎలాగైనా సాధించాలనే తపనని అందులోని సాహసాన్ని ఆవిష్కరించిన వైనం; పిల్లల తుంటరితనంతో బడిలో మాస్టారు ద్వారా జరిగే దేహశుద్ధి , కళాశాల మధురమైన రోజులు గుర్తుకు చేసే ప్రయత్నంలో అప్పటి ఇప్పటి విషయాల పునఃశ్చరణ (ఇవి చదివేప్పుడునేను వారి సహాధ్యాని కాబట్టి ఆ జ్ఞాపకాలతో తడి... ఆనంద భాష్పాలు) ; హాస్టల్ జీవితాన్ని గుర్తు చేస్తూ రూమ్మేట్ వ్యక్తిత్వాన్ని ఆవిష్కరించిన కథాంశం ; తుఫాన్ ఎక్స్‌ప్రెస్ అంటూ తిరుపతి ప్రైవేట్ బస్సులు చేసే నిర్వాకాన్ని సునిశిత హాస్యంతో వివరించిన నిజం 80 వ దశకంలో తిరుపతి తో పరిచయం వున్న వారందరికీ విదితమే. ‘ కష్టాల్లో వున్నవారిని ఆదుకోవాలనే ఆశయం . ప్రేమను కోల్పోయి

స్ఫూర్తిదాయకమైన ప్రియురాలి ఆశను బతికించిన అమలిన ప్రేమ తత్త్వం ; మరో కథలో . మతి మరపు సుబ్బ రావు యెర్ర స్కూటీ మరియు కుక్కల వీధి హాస్య యుత ప్రహసనం ; పిల్లల పట్ల నాన్న అనురాగం , తాతయ్య ఆశయాన్ని కొనసాగించే మనవడి ఆశ , సెల్ ఫోన్ సొల్లు ఫోనుగా మారి యువత ఎలా కాలపహరణం చేస్తున్నారో తెలియచెపుతూనే చక్కటి ముగింపు రచయిత పరిణత స్థాయి శైలిని తెలియచేస్తే , ఉత్కంఠ భరిత సన్నివేశ కల్పనతో సాగిన ప్రణవ సంహితం రచయిత కాల్పనిక చాతుర్యాన్ని తెలియ జెప్పింది. అమ్మ లేని నిజం కథలో సమాచారంలో చిన్న పొరపాటును అంశంగా తీసుకొని కథను చెప్పిన విధానం అబ్బుర పరుస్తుంది .. ఇది కథకుడుగా రచయిత సాధించిన విజయం.

కథలు గురించి పూర్తిగా చెప్పటం నా ఉద్దేశం కాకపోయినప్పటికీ వాటిని పరిచయం చేద్దామనే ఆభిలాష . పాఠకుడు చదివి ఆ అనుభూతిని పొందాలనే నా ఆకాంక్ష . భిన్న ఇతివృత్తాలు , విభిన్న మస్తత్వాలు , దృక్కోణం ,భాష పరిపక్వత , విషయం పరిజ్ఞానం, లోతైన విశ్లేషణ , పాఠకుణ్ణి ఆకట్టుకునే కుశలత, తనదైన శైలి , పరిసరాల ఆకళింపు , కథన కౌశలం, జ్ఞాపకాల దొంతర అన్నింటికీ మించి హాస్య చతురత రచయత నేర్పరి అని అర్థమవుతుంది .. ఇలాంటి కథలు ఔత్సాహిక రచయిత నుండి వచ్చాయి అంటే కథకుని పరిశీలనా చాతుర్యానికి అభినందనలు తెలపవలసిందే. సమకాలిక సాహిత్య నిరంతర పఠనం , పరిశ్రమ , అభ్యాసన మరియు ఆచరణ భవిష్యత్తులో ఈ కథకుడుని మరింత తేజోవంతుణ్ణి చేస్తాయని నిస్సందేహంగా ఆకాక్షించ వచ్చు.

మిత్రుని పుస్తకానికి నాలుగు పరిచయ వాక్యాలు వ్రాసే అదృష్టం కల్పించిన ఈ కథల సంపుటికి జేజేలు పలుకుతూ .. ఈ పుస్తక రాజం తెలుగు సాహిత్యంలో మెరవాలని .. పాఠకులు మెచ్చే పుస్తకమవ్వాలి

మనస్ఫూర్తిగా కాంక్షిస్తూ మిత్ర కధకునికి అభినందనలు .. ఈ ప్రేరణ మరెన్నో పుస్తకాలని వెలువరించాలని తెలుగు అక్షరాలు "వినోద్" కలంతో "నగర"మంత కాంతిని వెదజల్లాలని ఆశిస్తున్నాను .

జై తెలుగు అక్షరం ,, జయహో తెలుగు భాష ....

వ్యవస్థాపకులు

శ్రీ మక్కెన సుబ్బరామయ్య ఫౌండేషన్

గరివిడి , విజయనగర జిల్లా డా. మక్కెన శ్రీను

నూతనసంవత్సరం 9885219712

మొదటి రోజు 2024

'పారేసుకున్న బాల్యం జ్ఞాపకాలు'

రచయితలు కథలు రాసే క్రమంలో తమ జ్ఞాపకాలను, అనుభవాలను గుర్తుచేసుకుంటారు. అలా తమ కథాప్రయాణంలోనే సాంత్వన పొందుతారు. ఇలా డా॥ నగరం వినోద్ కుమార్ గారి ఈ కథా సంపుటిలోని కథలన్నీ ఆయన బాల్యం చుట్టూ తిరిగిన జ్ఞాపకాలు. ఈ కథలు చదివిన పాఠకులు కథల్లోని చాలా విషయాలు, సంఘటనలతో తమను తాము పోల్చుకుంటారు. కారణం అందరి బాల్యం ఒకటే! బాల్యపు జ్ఞాపకాలన్నీ తియ్యనివే! అయితే వారు తమ జ్ఞాపకాలను తీసి కథలుగా మలిచారు.

వినోద్ కుమార్ వెటర్నరీ సైన్స్‌లో పిహెచ్.డి. చేసారు. తిరుపతి పశు వైద్య కళాశాలలో ప్రొఫెసర్. వీరిది చిత్తూరు జిల్లా పలమనేరు. చిత్తూరు జిల్లా సాహిత్యకారులకు నిలయం. ఎన్నో ఉత్తమ కథలు రాసిన కె. సభా, మధురాంతకం రాజారాం, వారి పుత్రులు నరేంద్ర, మహేంద్ర, ఆర్.ఎస్. సుదర్శనం, పులుకంటి క్రిష్ణారెడ్డి, వల్లంపాటి వెంకట సుబ్బయ్య, కలువకొలను సదానంద, నామిని సుబ్రహ్మణ్యం నాయుడు, జిల్లేళ్ళ బాలాజీ, పెరూరు బాలసుబ్రహ్మణ్యం, ఆర్.సి.కె. కృష్ణస్వామి రాజు, గోదావరి జిల్లావారైన రాయలసీమ కథకులుగా పేరు తెచ్చుకున్న జొన్నవిత్తుల శ్రీరామచంద్ర మూర్తి ` ఇలా ఎందరో అద్భుత కథకులు. ఇప్పుడు నగరం వినోద్ కుమార్ గారు కూడా తమ 'నగరం' కథలతో సాహితీ నగరప్రవేశం చేసారు. ఈ కథలు చదువుతోన్న సమయంలో బాల్యంలో విన్న ఒక పాట గుర్తుకొచ్చింది. అది ఆరుద్ర గారు రాసిన స్నేహం సినిమాలోని పాట `

'ఎగరేసిన గాలిపటాలు

దొంగాట దాగుడుమూతలు

గట్టు మీద పిచ్చుక గూళ్ళు

కాలువలో కాగితం పడవలు

గోలీలు, గోటీబిళ్ల

ఓడిపోతే పెట్టిన డిల్ల

పడగొట్టిన మామిడికాయ

పొట్లంలో ఉప్పు, కారం

తీర్థంలో కొన్న బూర

దసరాలో పువ్వుల బాణం

దీపావళి బాణాసంచా

నులువెచ్చని బోగిమంట

మోగించిన గుడిలో గంట

వడపప్పు పానకాలు

పంచుకొన్న కొబ్బరి ముక్క

గోడ మీద రాసిన రాతలు

జీడితో వేసిన బొమ్మలు

చెరిగిపోని జ్ఞాపకాలు

చిత్తస్వాతి వానజల్లు

చిన్ననాటి ఆనవాళ్లు

స్నేహంలో మైలురాళ్లు

చిన్నప్పటి ఆనందాలు

చిగురించిన మందారాలు'

ఇలా ఈ కథల్లోని సారాంశం ఆరుద్ర గారి ఈ పాటలో కనిపిస్తుంది. మనసును పులకింపజేస్తుంది. 'జ్ఞాపకాల తడి' అనే కథతో అందరం మమేకం అవుతాం. చిన్నప్పటి జ్ఞాపకాలు అందరికీ మామూలే. తిన్న

చిరుతిళ్లు, మిత్రులతో తిరుగుళ్లు, ఇసుకలో కట్టిన గుజ్జన గూళ్లు, కథ చివరాఖరకు వచ్చేసరికి కళ్ళల్లో కన్నీటి సుడులు. ఒక మూగజీవితో విడిపోని బంధం, అది మిగిల్చిన విషాదం 'వీడని బంధం' కథలో కనబడుతుంది. 'వేలూరి కోట ` ఒంటరి ప్రయాణం' మరో బాల్యపు నాస్టాల్జియా. 'పిడిగుద్దుల మా బాసు' దండిరచే గురువుగారితో ఒక తియ్యని బాధా జ్ఞాపకం. 'మా ఇంకుమచ్చ కన్నన్నయ్యోరు' కూడా అలాంటి తుంటరి బాల్యపు వేడుక. 'హేపీ డేస్' కథలో ఎలిమెంటరీ స్కూలు బాల్యం నుంచి ఆ బాల్యపు జ్ఞాపకాలు వెటర్నరీ కాలేజీలో కథకుడి ప్రయాణం వరకు సాగాయి. 'సాబ్జీ ఒక మంచి రూమ్‌మేట్' అనే కథలో ఒక వ్యక్తి బలాలు, బలహీనతలు పట్టించుకోకుండా అతన్ని ప్రేమించేవాడే అసలు సిసలైన స్నేహితుడు. అదే నిజం కూడా అని మనకు అనిపిస్తుంది. 'తుఫాన్ ఎక్స్ ప్రెస్' ఒక బస్సు ప్రయాణం గురించిన కథ. అది కూడా ఒక ఉత్కంఠ కలిగించే ట్రావ్‌లాగ్.

తనకు స్ఫూర్తి నింపిన అమ్మాయి ప్రేరణతో ఒక అబ్బాయి ఎలా ఎదిగాడో చెప్పే కథ 'ప్రేరణ'. 'ఎర్ర స్కూటీ నాదే' కథలో ఒక మతిమరపు మనిషి అగచాట్లను కామెడీగా చెప్పారు. 'కుక్కల వీధి' కథ మూగ జీవాల వేదనను రికార్డు చేసిన కథ. జాలిగొలిపే కథ. వీధి కుక్కల వ్యథ. 'అంతర్మధనం' కథలో తండ్రీ కొడుకుల ఆత్మీయ బంధం గురించి బలంగా చెప్పారు. 'సస్యశ్యామలం' కథ మాతృభూమి పట్ల ప్రేమను వ్యక్తపర్చే కథ. 'మార్గదర్శి' కథలో ఒక మాతృమూర్తి తన కొడుకుకు ఎలా మార్గదర్శి అయ్యిందో చెప్పే కథ. 'ప్రళయ రాత్రి' కథ చదవడం పూర్తయిన తర్వాత గుండెలు విషాదంతో నిండిపోతాయి. 'అమ్మ లేని నిజం' అమ్మ గురించి కళ్లు తడిచేసే కథ.

ఇలా కథలన్నీ బాల్యం చుట్టూ తిరిగిన తీపి జ్ఞాపకాలు, వేదనలు, వేడుకలు. వీటిని మళ్లీ గుర్తు చేసుకొని వాటి నుంచి ఆర్తిని పొందే కథకుడు ఈ కథల్లో మనకు కనిపిస్తారు. మనల్ని మన బాల్యపు జ్ఞాపకాల్లోకి తీసుకుపోతారు. ఆ విధంగా నగరం వినోద్ కుమార్ గారు ఈ 'నగరం కథలు' ద్వారా కథకుడిగా విజయం సాధించారు.

ప్రతీ కథకుడు సాహిత్యాన్ని, దాంతో పాటు నడుస్తున్న చరిత్రను అధ్యయనం చేయాలి. అలా చేసే దశలో వారికి పరిశీలనతో కూడిన లోతైన చూపు అలవడుతుంది. అలా డా॥ నగరం వినోద్ కుమార్ గారు కూడా తన రాబోయే కథల్లో మానవ సంబంధాలకు, వారి సంవేదనలకు ఒక శక్తివంతమైన రూపం, వ్యక్తీకరణలతో తమ రచనలు అందివ్వగలరని ఆశిస్తూ ఈ నాలుగు మాటలు....

డాక్టర్ ఎమ్. సుగుణరావు

9704677930

విశాఖపట్నం

తేది : 06-01-2024

కథలు

❧ ❧

జ్ఞాపకాల తడి

పలమనేరు రంగబాబు హోటల్ వద్ద బస్సు దిగి చేతిలో ఉన్న నా పెళ్ళిపత్రికలను జాగ్రత్తగా పట్టుకొని ఎద్దుల సంత వీధి మిట్ట మెట్లు దిగగానే ఎడంపక్క ఉన్న రంగులు వెలిసి, పెచ్చులు ఊడిన చిన్న పెంకుటిల్లు మీద నా చూపులు నిలిచిపోయాయి... అదే పాతిక ఏళ్ళ క్రితం మేము ఉన్న ఇల్లు!! ఎత్తైన మెట్లు... పక్కనే గిలక బావి, చిన్న నడవ, పక్కనే నాన్న ఆఫీస్ గది, చిన్న హాల్, ఒక బెడ్ రూమ్... ఆ పక్కనే వంటగది, చివరన ఉన్న స్నానాలగదిలో వేడి నీళ్లు కాచడానికి సిమెంట్ తొట్టెలో పూడ్చిన ఇత్తడి బిందె, ఆ ఇంటి లోని ప్రతి అంగుళం నాకు బాగా గుర్తు... పాతికేళ్ళ నాటి సంఘటనలు ఇప్పటికీ సజీవంగా నా కళ్ళ ముందు సినిమా రీళ్ల మాదిరి కదులుతున్న అనుభూతి... కప్పు లేని స్నానాల గది గోడ మీదికి ఎక్కితే ప్రతి శుక్రవారం ఎద్దుల సంత హడావిడి మొత్తం కనిపించేది... అలా గోడ మీదికి ఎక్కి గంటల కొద్దీ... బడికి సమయం ఐపోతుందన్న ధ్యాస కూడా లేకుండా చూస్తూ ఉండి పోయేవాడిని... వీధి చివరనే ఉన్న గండికోట బడి గంటలు ఇంటి దగ్గరికి స్పష్టంగా వినిపించేవి... హడావిడిగా పలక బలపం సర్దుకొని పరుగున అలా వెళ్లి, ఇంటర్వెల్లో మళ్ళీ అదే పరుగుతో వెనక్కి వచ్చి, ప్రొద్దున పూర్తిగా తినకుండా వదిలి పెట్టిన టిఫిన్ నోట్లో కుక్కుకుని అమ్మ దగ్గర పది పైసల బిళ్ళ తీసుకొని మళ్ళీ పరుగు... ఆ పది పైసలతో బడి గేట్ దగ్గర రకరకాల తినుబండారాలు... పుల్ల ఐస్‌తో మొదలుకొని బెల్లం ఉండలు, తేగలు, నేరేడు, రేగు, ఈత, బలిసి, ఉలిసి పళ్ళు, కళ్ళింకాయలు, రేగు వడలు, తాటి చెక్కలు, గనిసి గడ్డలు, భూచక్ర

గడ్డలు, నుంగులు... ఎన్ని రకాలని!!!! ప్రొద్దున ఐదు పైసలు పోగా మిగిలిన ఐదు పైసలు... సాయంత్రం ఇంటర్వెల్‌కు నా వదులైన చెడ్డీ జేబులో జాగ్రత్తగా ఉండేది...

అప్పట్లో నాన్న చేసేది చిన్న గుమస్తా ఉద్యోగమే ఐనా అన్నకు, అక్కకు నాకు ఏ మాత్రం లోటు లేకుండా చూసుకునే వారు... ఇక పండగలు పబ్బాలకు అక్కకు, అన్నకు, నాకు కొత్త బట్టలు తప్పనిసరి... కానీ, అవి కొన్న ఆనందం మొత్తం మా టైలర్ మణి దగ్గరకు వెళ్ళగానే ఆవిరి ఐపొయ్యేది... 'పెరిగే పిల్లలని సాధ్యమైనంత ఎక్కువ బట్ట కొని బాగా వదులుగా కుట్టిద్దాం సార్' అనే టైలర్ 'మణి' లాజిక్ మా నాన్నకు బాగా నచ్చింది. ఫలితం... మా వంటి మీద వదులైన కొత్త బట్టలు!! బడికి వెళ్లే యూనిఫామ్‌కి కూడా అవే కొలతలు... వదులైన నా చెడ్డీని చూసి బడిలో అందరూ... 'పోలీస్ నిక్కర్' అని ఆట పట్టించే వారు... కొత్త బట్టలను చించి పోగులు పెడదామన్నంత ఉక్రోషం వచ్చేది మాకు... ఇంక ఆ టైలర్ని చూస్తే మాకందరికీ లాగిపెట్టి కొట్టాలన్నంత కోపం!! టైలర్ని మార్చమని ఎంత పోరినా నాన్న మా ఆస్థాన టైలర్ మణిని మార్చడానికి ససేమిరా అనేవాడు...

ఇక హెయిర్ కటింగ్ విషయంలో కూడా అదే పరిస్థితి... నెలకు ఒక్కసారి నాకు చుక్కలు కనిపించేవి. వీధి చివర్న కటింగ్ షాప్‌లో నాకు అన్నకు చెవుల కింది దాకా మెషిన్ కటింగ్... ఎక్కడ చెవి తెగుతుందో అని ఒక్కటే టెన్షన్... ఎత్తైన కుర్చీ మీద మరో చెక్క బల్ల వేసి కూర్చోబెట్టి అంట కత్తిరించి పంపేవాడు మా ఆస్థాన మంగలి... అన్న మాత్రం బుద్ధుడి అవతారంలా చక్కగా కూర్చొని చేయించుకునే వాడు. నాన్నను ఇంప్రెస్ చెయ్యడానికి ఆ షాప్ వాడు సాధ్యమైనంత పొట్టిగా మెషిన్ కత్తెర వాడి

మరీ పంపేవాడు. ఫలితం పోలీస్ కటింగ్... బడిలో ఫ్రెండ్స్ వేళాకోళం మామూలైపోయింది.

లింగాయతి వీధి చివరలో బసవన్న గుడి దగ్గర ఉండే మిఠాయి కొట్టు తెలియని వాళ్ళు అప్పట్లో పలమనేరు చుట్టుపక్కల గ్రామాల్లో ఎవరూ ఉండరు. అది మా పెదనాన్న వాళ్లది. ప్రతి శుక్రవారపు సంతకు వచ్చిన ప్రతి వాళ్ళ చేతిలో వెళ్లేటప్పుడు ఆ మిఠాయి కొట్టులోని లడ్డు, కార బూంది పొట్లం ఉండాల్సిందే... ఆ కొట్టులో గడపటం అంటే మాకు గొప్ప సరదా! అక్కడ ఉన్నంతసేపు నోటికి, చేతికి పని చెప్పడమే అన్నమాట. ఫుట్‌బాల్ సైజు నుండి టెన్నిస్ బాల్ సైజు పరిమాణంలో లడ్డులు, జాంగ్రీలూ, బాదుషాలు, మైసూర్ పాక్‌లు... నోట్లో వేసిన వెంటనే కరిగిపోయ్యే బత్తాసులు... అబ్బో ఎన్నని చెప్పాలి? దీనితో బాటు వడలు, బోండాలు, కారప్పూసలు వంటివి అదనం... ఇక గంగ జాతర వస్తే మాకు పది రోజుల పాటు పండగే. రాత్రి, పగలు అక్కడే మకాం వేసే వాళ్ళం. జాతరలో మా మిఠాయి కొట్టు కోసం ప్రత్యేకమైన అలంకరణలతో స్టాల్ పెట్టి, చెక్కెర పాకంతో మందమైన కోటా ఇచ్చిన నేతి జాంగ్రీలూ, బాదుషాలు పాలరాతి మండపాలలా పేర్చే వాళ్ళు. రెండు అడుగు ఎత్తుతో ఉండే చిల్లరతో నిండిన ఇత్తడి గల్లాలు ఠీవిగా కొట్టు మధ్యలో ప్రత్యేక ఆకర్షణగా నిలిచేవి. పిల్లలందరం కొనడానికి వచ్చిన జనానికి కావాల్సిన తినుబండారాలు పొట్లాలు కట్టి ఇవ్వడానికి పోటీలు పడేవాళ్ళం. జాతర పూర్తి అయ్యేలోపు ఆ మిఠాయి పాలరాతి మండపాలు మంచు కొండల్లా తరిగి పొయ్యేవి. మధ్య, మధ్యలో అందులో కొన్ని మా నోటిలో కూడా కరిగేవి...

ఇక మా చదువుల విషయానికి వస్తే, అప్పట్లో ఒకటో తరగతిలోనే చదువుల ఒత్తిడి చాలా ఎక్కువ అనిపించేది అంటే ఒట్టు! బడి అయిన వెంటనే వీధి చివర జయమ్మ టీచర్ ఇంట్లో ట్యూషన్. నిజం చెప్పాలంటే

జయమ్మ టీచర్ అంటే అప్పటి పిల్లలకు సింహస్వప్నం. ముఖ్యంగా నాకు, ఆవిడను చూస్తేనే హడల్! ఇక ఆవిడ దగ్గర ట్యూషన్ అంటే నా పరిస్థితి మీరు అర్థం చేసుకోవచ్చు... ఇంటి దగ్గర మేము చదవటం లేదని మా నాన్నకు ఎవరో ఇచ్చిన సలహా మేరకు, రోజు సాయంత్రం ఆరు గంటల నుండి ఎనిమిది గంటల వరకు 'వద్దు మొర్రో!' అంటే కూడా వినకుండా మాకు ఆ శిక్ష విధించడమైందన్న మాట. ఆవిడ ఇంటిలోకి అడుగు పెట్టడంతోనే నా కాళ్ళలో వణుకు మొదలయ్యేది... ఇక మొహం చూస్తే ఏ క్షణము లాగూ తడిచిపోతుందేమో అన్నట్లుగా ఉండేది. దానికి తోడు తన్నుకొని వచ్చే నిద్ర!! ఆ రెండు గంటల సమయం క్షణం ఒక యుగంలా గడిచేది... ఇక మాకు జాతర సమయంలో కూడా ఏవిధమైన మినహాయింపు ఉండేది కాదు. అలా జాతర ఆట విడుపు కూడా దూరమయ్యే పరిస్థితి వచ్చేది.

అలాంటి ఒకరోజు, జాతర సమయంలో... మనస్సు మొత్తం మిఠాయి కొట్టు వైపు లాగుతున్న బలహీనమైన ఘడియల్లో జయమ్మ టీచర్ ట్యూషన్లో నేను నిద్రతో కూడిన పరధ్యానంలో మైమరచి... చేతిలోని చిన్న బలపం ముక్కను నా ముక్కు రంధ్రంలో పెట్టేసుకోవడంతో అది కాస్తా చీమిడితో నిండిన నా ముక్కు రంధ్రాల గుండా ప్రయాణించి నాసికా కుహరం దాటి, ఆ పైన ఇరుక్కుపోవడం క్షణాల్లో జరిగిపోయింది. పీకడానికి నా చేతి వేళ్ళకు పట్టు చిక్కడం లేదు... ఒక ముక్కు రంధ్రం పూర్తిగా మూసుకు పొయ్యిన ఫీలింగ్. నాకు ముచ్చెమటలు మొదలయ్యాయి... జయమ్మ టీచర్ నా వీపు చీరేస్తుందన్న భయం, ముక్కులో బలపం ఇరుక్కున్న బాధ కంటే ఎక్కువ అనిపిస్తోంది. క్షణక్షణానికి భయంతో కూడిన బాధ పెరుగుతోంది. ముక్కులో వేలు పెట్టుకొని బిత్తరచూపులు చూస్తున్న నా ఈ అవస్థను గమనించిన మా అన్న సంగతి కాస్త జయమ్మ టీచర్‌కి చెప్పెయ్యడంతో నా

పై ప్రాణాలు పైనే పోయినట్లయింది!! సమయానికి నాన్న ఊర్లో లేడు. అన్నయ్య విషయం అమ్మకు చెప్పడానికి పరుగు తీసాడు.

ఇక జయమ్మ టీచర్, ఆ రోజు వరకు నేడు దయ్యంలా చూసి భయపడే జయమ్మ టీచర్ నా పరిస్థితి చూసి కన్నీళ్ల పర్యంతం ఐపోయ్యింది... అమాంతం నన్ను భుజానేసుకుని ఇంటి పక్కనే ఉన్న ఆర్ఎంపీ డాక్టర్ వద్దకు పరుగు తీసింది... డాక్టర్‌కి నా పరిస్థితి ఏమీ పాలు పోవట్లేదు. ఊపిరి తీసుకోవడానికి అడ్డం లేనప్పటికీ, ముక్కులోని బలపం ముక్క వల్ల ఏమి అనర్థం జరుగుతుందో అని అందరు హడలిపోతున్నారు. వీధిలోని జనం గుమిగూడారు. ఎవరికి తోచిన సలహా వాళ్ళు చెపుతున్నారు... సమయం గడుస్తోంది... రకరకాల ప్రయత్నాలు జరుగుతున్నాయి... కానీ బలపం మాత్రం ససేమిరా బయటికి వచ్చే పరిస్థితి కనిపించడం లేదు.

అంతలో వీధిలో అటుగా వెళ్తున్న మస్తాన్ బూబమ్మ ఏం జరుగుతోందా... అని గుంపులో తల దూర్చింది. విషయం తెలుసుకొని వెంటనే రంగంలోకి దిగింది. బొడ్డులోని నశ్యం డబ్బీ బయటికి తీసి అందులోకి చూపుడువేలు, బొటనవేలు చొప్పించి, అందినంత నశ్యం పొడి తీసికొని, బలపం చొరబడిన నా ముక్కు రంధ్రంలోకి చొప్పించి, రెండవ రంధ్రాన్ని గట్టిగా మూసి పట్టుకుంది. అంతే!! ఆకాశంలోని నక్షత్రాలు అన్నీ కళ్ళముందు గిర్రున తిరుగుతున్న ఫీలింగ్. హాఛ్ఛ్... హాఛ్ఛ్... హాఛ్ఛ్... హాఛ్ఛ్!! ఆగకుండా తుమ్ములు వస్తూనే ఉన్నాయి... మొదటి తుమ్ముకే రాకెట్ వేగంతో ఎప్పుడో బలపం ముక్క బయట పడింది. బ్రతుకు జీవుడా...!!! చుట్టూ ఉన్న జనాలు హర్షధ్వానాలతో బూబమ్మను ప్రశంసించారు. ఆ రోజు జయమ్మ టీచర్ నన్ను తన గుండెలకు హత్తుకున్న ఆ క్షణంలో నాలోని టీచర్ పట్ల ఉన్న అపోహాలు అన్నీ పటాపంచలై పోయాయి. జయమ్మ

టీచర్ పేరులోని అమ్మ... అప్పుడు నాకు కనిపించింది. ఆ రోజు నుండి జయమ్మ టీచర్ పట్ల భయం స్థానంలో గౌరవం, కొండంత అభిమానం పెరిగిపోయాయి. అలా ఆరోజు నా ముక్కులోకి వెళ్లిన బలపం జయమ్మ లాంటి మంచి టీచర్‌కి నన్ను ఆప్తుడ్ని చేసింది. పలమనేరు నుండి నాన్నకు ట్రాన్స్ఫరయి వెళ్ళేటప్పుడు జయమ్మ టీచర్ వద్ద వీడ్కోలు తీసుకున్నాం. ఆ తరువాత చాలా కాలం వరకు పలమనేరు వెళ్లిన ప్రతి సారీ జయమ్మ టీచర్‌ని కలిసి తన ఆశీర్వాదం తీసుకోకుండా తిరిగి వచ్చేవాడిని కాదు.

పై చదువుల కోసం తిరుపతి వెళ్లిన తరువాత చాలాకాలం వరకూ మళ్ళీ పలమనేరు వచ్చే సమయం, తీరిక లేకపోయింది. మళ్ళీ ఇన్నేళ్ల తరువాత నా పెళ్లి శుభలేఖ జయమ్మ టీచర్‌కి ఇచ్చి తన ఆశీర్వాదం తీసుకోవాలని ఈరోజు ఎంతో ఆత్రంగా పలమనేరుకి బయలుదేరాను. నేను చదివిన బడి గేటు ఎదురుగానే ఉన్న జయమ్మ టీచర్ ఇల్లు దగ్గర పడగానే నా గత స్మృతుల ప్రవాహం నుండి బయటపడ్డాను. తాళం వేసిన తలుపు, దుమ్ము పట్టి శిథిలమైన పరిసరాలు నా మదిలో ఏదో కీడును శంకించాయి. నాకు తెలిసినంతవరకు జయమ్మ టీచర్‌కి నా అన్న వాళ్ళు ఎవ్వరూ లేరు. వృద్ధురాలయిన తన తల్లి మాత్రం ఆ రోజుల్లో తన వద్ద ఉండేది. చుట్టుపక్కల వాకబు చేయగా 'ఇంకా ఎక్కడి జయమ్మ బాబూ? ఆమె కాలం చేసి చాలాకాలం ఐపోయింది, చనిపోయినపుడు నా అన్న వాళ్ళు లేరు బాబూ... చాలా దుర్భరమైన ఒంటరి జీవితం గడిపింది, చివరకు అనాథ దహన సంస్కారం జరిగింది బాబూ...' అన్న మాటలు నా గుండెల్ని పిండేసాయి. నాలాంటి ఎందరికో ఆది గురువుగా బలపం పట్టి అక్షరాభ్యాసం చేయించిన జయమ్మ టీచర్ పేరు నా చేతులోని శుభలేఖపై నా అశ్రునయనాలకు మసకబారి కనిపించింది. ఆ రోజు నా ముక్కులో

దూరిన బలపం ఈ క్షణం... చిన్ననాటి జ్ఞాపకాల తడితో నా గుండెల్లో గుచ్చుకున్నంత బాధ తన్నుకొచ్చి, నిట్టూర్చి, నీరసంగా బస్టాండ్ వైపు అడుగులు వేసాను.

***

(విశాఖ సంస్కృతి మాస పత్రికలో 2021 ఆగస్ట్ లో ప్రచురితమైన కథ)

***

వీడిన బంధం

"బబ్లూ! ఇలా రా...' అని పిలవంగానే ఉరుకుల పరుగులతో వచ్చి మీదపడి నానాయాగీ చేసేవాడు! ఎక్కడున్నాడో, ఏమో!! ఒక్కసారి వెళ్లి చూసి రాకూడదురా?" అమ్మ ఆరోజు అప్పటికి పదోసారి అన్నదా మాట... ఇంట్లో అందరూ సరిగా భోజనం చేసి వారం రోజులయ్యింది. బబ్లూ కనపడక పోయినప్పటినుండి అందరిదీ అదే పరిస్థితి. నిజం చెప్పాలంటే బబ్లూ ఇల్లు విడిచి వెళ్ళలేదు. అవును, ఇది నిజం... మా ప్రాణంలో ప్రాణమై మా ఇంటిలో మాలో ఒకడుగా మెలిగిన బబ్లూ అలా ఎప్పటికీ చెయ్యడు... అసలు ఏమి జరిగిందో... ఆ నిజం నా ఒక్కడికే తెలుసు!

అపుడు నేను ఐదవ తరగతి. నాన్న ఉద్యోగరీత్యా చిత్తూరుకు బదిలీ అయింది. నాన్న గుమస్తా జీతానికి తగ్గట్లుగా చిన్న గదులతో ఒక మంచి ఇల్లు దొరికింది. మూడు వాటాలు ఉన్న ఆ డాబా ఇంట్లో అదృష్టవశాత్తు మేడ మెట్లు మేము ఉన్న వాటాలోకే ఉండేవి. కాబట్టి మాకు అది చిన్న ఇల్లు అని ఎప్పుడు అనిపించలేదు. అక్క, అన్నతో కలిపి మేము మొత్తం ఐదుగురం. మా బాల్యం మొత్తం ఆ చిన్న డాబా ఇంట్లోనే గడిచి పోయింది. ఇప్పుడు ఉన్నంతగా పెంపుడు కుక్కల వ్యామోహం జనాల్లో లేని రోజులు అవి. వారం రోజుల వయస్సులో బుజ్జిగా ముద్దొస్తున్న బబ్లూ మా ఇంటిలో అడుగు పెట్టాడు.

ఆ రోజు నాకు ఇంకా బాగా గుర్తు... మేము ఉన్న ఇంటి దగ్గర మైదానంలో నాకు దొరికిన బుజ్జి కుక్కపిల్లను తీసుకుని పరుగు పరుగున వచ్చిన నన్ను చూసి, "ఎక్కడ దొరికిందిరా నీకు ఇది? వెంటనే వెళ్లి వాళ్ళ అమ్మ

దగ్గర వదిలి పెట్టి రా... ఎంతగా వెతుకుతోందో ఏమో... పాపం!" అన్న మా అమ్మ మాటలను నేను పట్టించుకోలేదు. "బాగా ముద్దొస్తోందమ్మా... మనం పెంచుకుందాం..." అన్న నా మాటకు అమ్మ ఇంతెత్తున లేచింది. "మనం ఉండే ఈ చిన్న ఇంట్లో దాన్ని ఎక్కడ పెట్టి పెంచాలిరా? ముందు దాన్ని ఎక్కడ నుండి తెచ్చావో, అక్కడే వదిలి పెట్టి, కాళ్లు చేతులు కడుక్కొని రా... అన్నం తిందువు గాని..." అని అమ్మ వంటగదిలోకి వెళ్ళింది. అప్పుడే ఇంటికి వచ్చిన అన్న, అక్క దాన్ని చూసి సంబరపడ్డారు. ముగ్గురు కలసి దానికి హాల్లో ఉన్న చిన్న స్టూల్ కింద దాచి పెట్టాం. అమ్మకు తెలీకుండా వంటగదిలోకి వెళ్లి చిన్న గిన్నెలో పాలు తీసుకొచ్చి దానికి పెట్టాం. అది ముద్దుగా తోక ఆడించుకుంటూ పాలు మొత్తం తాగేసి, పాలు అంటిన మొహాన్ని నాక్కుంటూ, మా మొహాలకేసి చూడ సాగింది.

ఇక వాడిని ఇంటినుండి పంపించ కూడదు అని మేము ముగ్గురం డిసైడ్ ఐపొయ్యాం. అప్పుడే దానికి 'బబ్లూ' అని పేరు పెట్టేసాం. కానీ ఎలా? అమ్మకు తెలీకుండా అంత చిన్న ఇంట్లో దాన్ని దాచడం ఎలా? ముగ్గురం బాగా ఆలోచించి, అప్పటికప్పుడు వాడిని డాబా మీదికి తీసుకెళ్లి, కిందికి రాకుండా మెట్లకి పలక అడ్డం పెట్టి పరుగున కిందికి వచ్చి ఏమీ ఎరగనట్లు తినడం మొదలు పెట్టాము. అప్పటికే ఒకరికొకరు సైగలు చేసుకుంటున్న మా వాలకాన్ని పసిగట్టిన అమ్మ, "కుక్కపిల్లను పంపేసావా, లేదా?" అని గదిమింది. "లేదమ్మా, అప్పుడే బయట వదిలి పెట్టేసాను..." టక్కున అబద్ధమాడేసాను.

రాత్రంతా సరిగా నిద్ర పట్టలేదు. పూర్తిగా తెల్లారక ముందే పరుగున లేచి, డాబా మీదికి పరుగెత్తి, ఆత్రంగా వెతికాను. ఒక మూల ముడుచుకొని పడుకున్నాడు. నన్ను చూచిన వెంటనే చెంగున లేచి వచ్చింది. ఇక

అప్పటినుండి దానితో ఒకటే ఆటలు... ఈ మధ్యలో అమ్మకు తెలీకుండా దానికి పాలు పట్టడం మర్చిపోలేదు. అలా ఒక నాలుగు రోజులు బబ్లూను అమ్మకు తెలీకుండా దాచిపెట్టాం. ఒక రోజు బట్టలు ఆరవెయ్యడానికి అమ్మ మేడ మీదికి వెళ్లడంతో మా బండారం బయట పడింది. తోక ఊపుకుంటూ కాళ్ళ చుట్టూ తిరుగుతున్న బబ్లూని చూసి అమ్మ కోపం క్షణంలో ఆవిరై పోయింది. సాయంత్రం ఇంటికి వచ్చేసరికి అమ్మ బబ్లూకి పాలు పడుతోంది. నా వంక తినేసేలాగా చూసి, “మళ్ళీ... ఇంకోసారి ఇటువంటి పనులు చేస్తే ఒళ్ళు చీరేస్తా!!” అని గదిమింది. నేను పలక, పుస్తకం అక్కడే పడేసి లోపలికి తుర్రుమన్నాను, కానీ నేను భయపడ్డట్టు అమ్మ బబ్లూని పంపించే ప్రయత్నమేమీ చెయ్యలేదు. “ఎలాగో ఒకలా ఏడవండి! మీతో బాటు అదీను...” అంది మరుసటిరోజు.

**

ఆ రోజు మొదలు బబ్లూ మా ఇంటిలో ఒక సభ్యుడు ఐపోయాడు. మాతో పాటు తినడం, పడుకోవడం, అల్లరి చెయ్యడం అన్నీ... నాన్న కూడా పెద్దగా అభ్యంతరం చెప్పలేదు, పైగా ఖాళీగా ఉన్నపుడు వాడు చేసే ముద్దు చేష్టలు చూసి నవ్వుకునేవారు. ముఖ్యంగా నాన్న మూడు, నాలుగు రోజులు క్యాంపులకు వెళ్లి, తిరిగి వచ్చినపుడు బబ్లూగాడు మీద పడి, నాకి, రక్కి, వింత వింత అరుపులతో చేసే విన్యాసాలకు, చూపించే ఆప్యాయతకు నాన్న కదిలిపొయ్యేవారు... అప్పటి నుండి క్యాంపు నుండి తిరిగి వచ్చేప్పుడు మాకు స్వీట్స్‌తో బాటు, వాడికి బిస్కెట్స్ తప్పనిసరిగా తెచ్చేవారు నాన్న. ఇక ఇల్లంతా ఒకటే సందడి, మేము ఆడే అన్ని ఆటల్లో తాను ఒక్కడైపొయ్యేవాడు. గాలిపటాలు ఎగుర వేస్తుంటే చూసి గంతులు వేసేవాడు, బొంగరాలు తిప్పుతుంటే తిరుగుతున్న బొంగరాన్ని టక్కున నోట కరుచుకొని అందకుండా పరుగుతీసేవాడు. పడకలో మాతో పాటు

దుప్పట్లోకి దూరేవాడు... అలా బబ్లూగాడు మాలో ఒకడుగా కలిసిపొయ్యాడు.

రోజులు గడుస్తున్నాయి. బబ్లూ పెరిగి పెద్దవాడవుతున్నాడు. అప్పటిదాకా బుల్లిగా ఉండి ఎదో ఒక మూల ఒదిగిపోయిన బబ్లూ ఇప్పుడు, ఆ చిన్న ఇంట్లో ఇమడలేక పోతున్నాడు. ఆ చిన్న ఇంట్లో వాడికి ప్రత్యేకంగా స్థలం కేటాయించాల్సి వచ్చింది. మెడలో ఒక బెల్ట్ కట్టి గొలుసుతో కట్టకపోతే వాడిని పట్టడం అసాధ్యం అనిపించింది. పెద్ద వాడయిన బబ్లూతో స్థలం సమస్యలతో బాటు ఇతర సమస్యలు మొదలయ్యాయి. అందులో ముఖ్యమయింది వాడి ఆహారపు అలవాట్లు. ఎలా అలవాటైయిందో ఏమో... లేదా వాడి జాతి బుద్ధో ఏంటో కానీ రోజు ముక్క లేనిదే ముద్ద దిగేది కాదు. పెట్టిన పాలు, పెరుగు అన్నం అసలు ముట్టుకునే వాడు కాదు... ఇక వాడి కోసం రోజు మాంసం కొట్టుకు వెళ్లి, ఏవో ముక్కలు తెచ్చి వండి వాడి భోజనం కానిచ్చే వాళ్ళం. దీనితో మా ఇల్లు వాడికి పెద్ద బందిఖానా ఐపోయింది, మా డాబా మొత్తం వాడి తిరుగుడుకి సరిపొయ్యేది కాదు... ఏ మాత్రం అవకాశం వచ్చినా బయటకు తుర్రుమనేవాడు. వాడి వెంటపడి పట్టుకునేసరికి మా తల ప్రాణం తోకకు వచ్చేది.

అలా ఎన్నోసార్లు వెళ్లి, కొన్ని సార్లు వీధి కుక్కల బారిన పడి ఒళ్ళంతా బాగా రక్కించుకొని, కుయ్యోమంటూ తిరిగి వచ్చి, ఓ మూల ముడుచుకొని పడుకొనేవాడు. కొన్నిసార్లు గాయాలకు చికిత్సల కోసం ఆస్పత్రికి కూడా తీసుకెళ్లవలసి వచ్చేది... మేము ఇంట్లో బంధించే కొద్దీ యుక్తవయస్సులోకి వచ్చిన వాడిలో స్వతంత్ర కాంక్ష ఇంతింతై అన్నట్లుగా రోజురోజుకీ ఎక్కువైపోతోంది. ఒక దశలో వాడు మాకంటే చాలా పెద్దవాడై పోయాడేమో అని మాకు అనిపించేది... ఇంట్లో బంధిస్తే మెట్లు వాలుకి రెండు కాళ్ళు ఎత్తి

పట్టి నించొని దారిలో వచ్చేవాళ్ళను చూసి కర్ణ కఠోరంగా మొరుగుతూ ఉండేవాడు.

వాడిని చూసి దారిన పోయే ఆకతాయిలు మరింతగా రెచ్చగొట్టేవాళ్లు. కొన్ని సార్లు నాన్న వాడి మూలంగా వీధి వాళ్లతో తగవులు కూడా పడవలసి వచ్చేది. తరచు అమ్మ కోసం ఇంటికి వచ్చే ఇరుగు పొరుగు వాళ్ళు బబ్లూ గాడికి భయపడి రావడం మానేశారు. వీధిలో అందరూ మమ్మల్ని శత్రువులుగా చూడడం మొదలు పెట్టారు. క్రమంగా వాడి చేష్టలు మితిమీరి, ఇక భరించలేని స్థాయికి చేరుకొంది. బబ్లూగాడి కోసం ఒక దశలో వేరే పెద్ద ఇంటికి మారాలని కూడా అనుకున్నాము, కానీ నాన్న ఆర్థిక పరిస్థితుల వల్ల ఆ పని చేయలేకపోయాము..

..

బబ్లూగాడిని వద్దన్నా ఇంటిలోకి తెచ్చి అందరికీ మమకారం పెరిగేలా చేసిన నన్ను అమ్మ విసుక్కోవడం మొదలు పెట్టింది. అలా అని బబ్లూ గాడి మీద ఎవరికి ప్రేమ మాత్రం తగ్గలేదు. వాడి గొడవ వల్ల మా చదువులు కూడా అటకెక్కే పరిస్థితి వచ్చింది. ఆ రోజు మళ్ళీ బబ్లూ గురించి వీధిలో వాళ్ళు అందరు కలిసి, "రాత్రంతా అరచి గోల చేసి మాకు నిద్ర లేకుండా చేస్తోంది" అని మమ్మల్ని నానా మాటలు అన్నారు. వాళ్లకు సర్ది చెప్పి పంపడానికి అమ్మ చాలా కష్టపడవలసి వచ్చింది. సమయానికి నాన్న ఇంట్లో లేడు. అదంతా చూసి ఇక లాభం లేదు... నేను చేసిన తప్పుకు నేనే పరిహారం చెయ్యాలి అనుకొని రాత్రంతా బాగా ఆలోచించి ఒక నిర్ణయానికి వచ్చాను. నా నిర్ణయం సరైనదా కాదా అని మా అన్న, అక్కతో చర్చించే సమయం కూడా తీసుకోలేదు.

ఆ తరువాత నాకు ఆ రాత్రి నిద్ర పట్టలేదు. తెల్లవారక ముందే మగత నిద్ర నుండి లేచి చప్పుడు చేయకుండా డాబా మీద పడుకొన్న బబ్లూ గాడి

దగ్గరకు వెళ్ళాను. అప్పుడే లేచి, ఆవులించి నావంక ప్రేమగా చూసాడు. మనసులో అలజడిని స్థిమిత పరుచుకొని నెమ్మదిగా వాడి గొలుసు పట్టుకొని బయటకు నడిపించుకుని వచ్చాను. అంతులేని ఆనందంతో వాడు తోక ఊపుకుంటూ నా వెంట పరుగు పరుగున వచ్చాడు. అలా నెమ్మదిగా నడిపించుకుంటూ ఊరి చివరి దాకా తీసుకొని వెళ్లాను. ఎప్పుడూ అంత దూరంగా బయట ప్రపంచాన్ని చూడని బబ్లూగాడి కళ్ళల్లోని వింత వెలుగు నా కళ్ళల్లో నీళ్లు తెప్పించింది. బాగా దూరం వచ్చామని అనిపించాక నెమ్మదిగా బబ్లూగాడి తల నిమిరి ముద్దు పెట్టి, మెడలో గొలుసు తప్పిచేశాను. అంతే!! నా అభిమతం ఏ మాత్రం గ్రహించలేని బబ్లూగాడు వదిలింది ఆలస్యం... వింటినుండి విడివడిన బాణంలా వాడు ఆశించిన స్వేచ్ఛాప్రపంచం లోకి పరుగు తీసాడు. ఇక ఏ మాత్రం ఆలస్యం చేయకుండా వెనుతిరిగి చూడకుండా ఇంటి దారి పట్టాను.

..

ఇంట్లో ఎవ్వరూ ఇంకా నిద్ర లేవలేదు. గొలుసు ఒక చివరను బబ్లూగాడి స్థానంలో కట్టేసి పక్క ఎక్కేసాను. క్షణం పాటు... నా గుండె చప్పుడు నాకే వినిపించేంత నిశ్శబ్దం... బబ్లూగాడు ఇంట్లో లేని ఆ నిశ్శబ్దం భరించలేని విధంగా ఉంది. ఇక బబ్లూగాడి అరుపులు ఆ ఇంట్లో శాశ్వతంగా వినిపించవు అన్న ఊహ నా గుండెను పిండేస్తోంది. అందరూ లేచి బబ్లూకోసం వెదికారు. ఎక్కడికి వెళ్ళాడో అసలు గొలుసు ఎలా తెంపుకొన్నాడో. నాకు తప్ప ఎవరికీ అర్థం కాలేదు. నా మీద అనుమానం రాకుండా నేను వాళ్ళతో బాటు వెదికాను. అసలు వాళ్లకు నామీద అలా అనుమానం వచ్చే ఆస్కారమే లేదు. ఎందుకంటే బబ్లూని ఇంటికి తీసుకొచ్చింది నేనే కాబట్టి, వాడిని నేను అలా వదిలేస్తానని కలలో కూడా ఊహించలేరు.

ఆరోజు నుండి ఇంట్లో ఎవ్వరికీ కంటి మీద కునుకు లేదు. ముఖ్యంగా అమ్మకు... ప్రతి రోజూ మాతో సమానంగా బ్రతిమాలి... బామాలి తినిపించేది... కన్నబిడ్డ దూరమైనంతగా కదిలిపోయింది. నాలో మానసిక సంఘర్షణ ఎక్కువయ్యింది. కష్టమైనా, నష్టమైనా ఇక బబ్లూ మాతోనే... వాడిని వదిలి ఉండడం అసాధ్యం అనిపించింది. బబ్లూని మళ్ళీ వెనక్కు తెచ్చేయాలనే కృతనిశ్చయంతో ఎవరికి చెప్పకుండా ఆ రోజు సాయంత్రం బబ్లూని విడిచి పెట్టిన చోటుకు వెళ్ళాను... బబ్లూని పారిపోకుండా కట్టి తీసుకు రావడానికి గొలుసు కూడా తీసుకోవడం మర్చిపోలేదు.

చుట్టూ వెదుకుతున్నా... 'బబ్లూ...' 'బబ్లూ...' అని పిలుస్తున్నా... నా కంఠం వింటే కచ్చితంగా ఎంత దూరంలో ఉన్నా పరుగున వస్తాడని నా నమ్మకం... మమ్మల్ని వదిలి ఉండలేనని ఇప్పటికే వాడికి కూడా అర్థం అయ్యి ఉంటుంది. వేళకు తిండి లేక తిక్క కుదిరి ఉంటుంది. 'బబ్లూ... బబ్లూ...' మళ్ళీ అరిచా... హైవే మీద వెళుతున్న ఒకరిద్దరు వాహన దారులు నా వంక వింతగా చూడసాగారు. రోడ్డు నిర్మానుష్యంగా ఉంది. క్రమంగా చీకటి పడుతోంది. సన్నగా వర్షం మొదలయ్యింది... నాలో ఆందోళన పెరుగుతోంది...

అక్కడే దూరంగా ఉన్న చిన్న బడ్డీ కొట్టు దగ్గరకు వెళ్ళా. వేడివేడి టీ తాగుతూ ఒకరిద్దరు అక్కడ నించున్నారు. "ఒక తెల్ల కుక్కని ఈ చుట్టూ పక్కల చూసారా అన్నా?" అని కొట్టు అతడిని బెరుగ్గా, గొంతు పెకిలించుకొని అడిగా. నావంక తేరిపారా ఒక క్షణం చూసి, "అరె, ఆ కుక్క మీదేనా?" అన్నాడు. అవునని నేను తల ఆడించే లోపు, "నేను అపుడే అనుకున్నా, ఎవరిదో పెంపుడు కుక్క తప్పిపోయి ఉంటుంది అని... ఎటు పోవాలో తెలీక ఇక్కడే తిరుగుతుండేది పాపం! చాలా బెంగతో కనిపించింది. మేము భోజనం పెట్టినా సరిగా తినేది కాదు... నిన్న పొద్దునే ఆ

మాయదారి లారీ తొక్కించేసి ఆపకుండా వెళ్లి పోయింది. క్షణాల్లో ప్రాణం పోయింది పాపం!!!" ఆపకుండా ఇంకా ఏదో చెపుతూనే ఉన్నాడు.

నాకు సరిగా వినిపించడం లేదు. కళ్ళు మసకబారి, కాళ్ళ కింది భూమి కుంగి పోతున్న భావన. కళ్ళలో ఉబికి వస్తున్న కన్నీటి ప్రవాహం ఆగటం లేదు. 'బబ్లూ... బబ్లూ...' అంటూ నా మనస్సు మౌనంగా రోదించింది. అలా ఆ రోజు నేను చేసిన చిన్నది అనుకున్న ఈ పెద్ద తప్పు వల్ల నా గుండెకు తగిలిన గాయం, నాటి నుండి నేటి వరకూ నన్ను బాధిస్తూనే ఉంది. నేను చేసిన తప్పుకు నన్ను నిలదీస్తూనే ఉన్న నా అంతరాత్మ ముందు నేను ఎప్పటికీ సమాధానం చెప్పుకోలేని ఒక శిక్ష పడని దోషిగా మిగిలిపోయాను...

**

వేలూరు కోట - ఒంటరి ప్రయాణం

"నన్నుగూడా పిల్చుకొని పోతావా లేదా మా?" ఆ రోజు తెల్లారినుండి మా అమ్మను పీడిస్తూనే ఉన్నా. మా అమ్మ వినిపించుకోవట్లా... అప్పుడు నేను ఆరో క్లాసు. ఆ రోజు కనుమ పండుగ. మర్నాడు అందరు గోటుకని చుట్టుపక్కల జాగాలకి, గుళ్ళకి, తోటలకి తినడానికి అన్నీ కట్టుకొని పోయి సాయంత్రం దాకా గడిపి వస్తా ఉంటారు. మా అమ్మ ఆ రోజుకి ఒక వారం ముందే యేటివార బాణాల వీధిలో ఉండే పెళ్లికి ఎదిగిన మా పెద్దమ్మ కూతుర్లు కలిసి మా చిత్తూరు పక్కనే ఉన్న తమిళ్నాడు వేలూరు కోటకు పోదామని ప్లాన్ వేసుకొని ఉంది. సమయానికి మా నాయన క్యాంపుకని పోయినాడు. మా అమ్మకి ఇది మామూలే. మా నాయన ఆఫీస్‌కి, మేము స్కూల్‌కి పెళ్లినపుడు ఇలా ఇరుగు పొరుగు అమ్మలక్కలతో కలసి మ్యాట్నీ సినిమాలకు పెళుతుంటుంది. పాపం ఇందులో అమెని తప్పు పట్టేదానికి లేదు. ఇక్కడ మా నాయన గురించి కొంచెం చెప్పాలి. మాములుగా మా నాన్న సాయంత్రం టైంకి ఇంటికి రాడు. ఆయన ఆఫీస్ నుండి నేరుగా ఎన్జీవో హోముకి పొయ్యి అక్కడ స్నేహితులతో సరదాగా గడిపి, కుదిరితే ఏ సినిమాకో పొయ్యి రాతిరి తొమ్మిది పైన, అప్పటిదాకా ఆఫీసులో కష్టపడి పోయినట్లు చిర్రుబుర్రులాడుతూ వస్తాడు. మేము అప్పటికి పుస్తకాలు ముందేసుకుని తూగు మొహాలతో కనిపించాలి. అది ఆయన పెట్టిన రూలు. ఇక మాకూ సినిమాలకు, షికార్లకు పెళ్లాలని ఆశ ఉంటుందని, మమ్మల్ని కూడా తీసుకెళ్లాలని గానీ ఎప్పుడూ అనుకోడు.

మా అమ్మకి మాత్రం మాట్నీలకు తోడుకు ఢోకా ఉండదు. ఒక్కోసారి మేము సినిమాలకు కూడా మా అమ్మతో పోటీకి తయారయేవాళ్ళం. ఒకసారి మా నాయిన క్యాంపు పోయినప్పుడు సెలవు రోజులో ప్రేమల కొటాయిలో 'జగన్మోహిని' సినిమా మాట్నీకి బయలుదేరితే నేను మా అక్క ఆ సినిమాలో పిశాచాల్లా కొటాయి వరకు వెంటబడ్డాము. మా అన్నకు పాపం ఇటువంటి విషయాల్లో కొంచెం తెగింపు తక్కువ. ఎటొచ్చీ నేను, మా అక్క ఏ మాత్రం తగ్గము. మా మధ్యలో ఇటువంటి విషయాల్లో పోటీ చాలా ఎక్కువ. ముఖ్యంగా చిరుతిండ్ల దగ్గర మేము కొట్టుకోని రోజు ఉండదు. ఇంకేముంది? విధి లేక, మా అమ్మ మాయిద్దరికీ కూడా టికెట్ (ముక్కాలు రూపాయి నేల టికెట్టే... దానికే అన్ని తిప్పలు) తీసుకోవాల్సి వచ్చింది.

ఇక ఈ రోజు విషయానికి వస్తే ఈ రోజు ఎలాగైనా వేలూరు కోటకి వెళ్లాల్సిందే అని నేను గట్టి పట్టు పట్టి కూర్చున్నాను. ఇక వీడు వదిలేటట్లు లేడని... "మరి స్కూలు సంగతి ఏమి చేస్తావురా? స్కూల్ మానిన సంగతి తెలిస్తే మీ నాన్న చీరేస్తాడు!" అని అమ్మ భయపెట్టడానికి ప్రయత్నించింది. మనం ఏ మాత్రం పట్టు సడలించలేదు. మా అక్క ఆ రోజు మాత్రం నాతో పోటీ పడకుండా స్కూల్‌కి వెళ్ళిపోయింది. ఇక మిగిలింది నేనే. "ఐతే నువ్వు స్కూల్‌కి వెళ్లి మొదటి పీరియడ్ తర్వాత ఇంటర్ బెల్లు కొట్టినాక అయ్యవారిని పర్మిషన్ అడిగి వచ్చేయి..." అనింది అమ్మ. మా బీజెడ్ ఐస్కూలు సంగతి మా అమ్మకు తెలియంది కాదు. అరిచి గీ పెట్టినా పర్మిషన్ ఇవ్వరు గాక ఇవ్వరు. నేను వెంటనే తలకాయ ఊపేసాను. ఆ క్షణంలోనే డుప్కి కొట్టాలని నిర్ణయించేసాను. ఇలా ఇంతకు ముందు చాలాసార్లు చేసి తన్నులు కూడా తిని ఉన్నాను. ఐనా సరే తెగించేసాను. హడావిడిగా టిఫిన్ తిని స్కూల్‌కి బయలుదేరాను. ఫస్ట్ పీరీడులో

చెపుతున్న లెక్కలు ఏమాత్రం తలకెక్క లేదు... సెకండ్ పీరీడు ఐతే ఇంకా పూర్తిగా పరధ్యానమే. తెలుగు అయ్యవారు దీర్ఘాలు తీసి మరీ పద్యం చదువుతున్నాడు. నా ఆలోచనలన్నీ వేలూరు కోట చుట్టూ తిరుగుతున్నాయి. చెవులు మాత్రం మోగబోయ్యే ఇంటర్ బెల్లు కోసం ఎదురు చూస్తున్నాయి.

చివరికి నా నిరీక్షణ ఫలించింది. బెల్లు గణగణ మోగడంతోనే, నేను బుక్స్ సర్దుకొని ఎవ్వరి కంటా పడకుండా వింటి నుండి విడిచిన బాణంలా ఇంటివైపు దూసుకెళ్ళాను. ఇల్లు దగ్గర పడంగానే నా అడుగుల వేగం తగ్గింది. మనస్సు ఏదో కీడు శంకించింది. వేసిన తాళం నన్ను వెక్కిరించింది. అనుకున్నదంతా అయ్యింది. అమ్మ నాకోసం ఎదురు చూడకుండా వెళ్లి పోయింది. దుఃఖం, ఉక్రోషం ఒకదాని వెంట ఒక్కటి తన్నుకొచ్చాయి. కిటికీ పక్కన దాచిన తాళం తీసి లోపలికి వెళ్ళాను. వాళ్ళు వెళ్లి ఎంతోసేపు అయినట్లు లేదు. వెళ్లలేకపోయామన్న నిరాశ నా మనస్సును కారుమబ్బుల్లా కమ్ముకుంటోంది.

వేగంగా ఆలోచించాను. సమయం ఎక్కువ లేదు. నా బుర్ర పాదరసంలా పని చేయడం మొదలు పెట్టింది. ఎలాగైనా వెళ్లాలన్న తెగింపు క్రమంగా బలపడి, నాలోని నిరాశను తరిమి కొడుతోంది. అమ్మ మాములుగా డబ్బులు దాచే అల్యూమినియం చెక్కెర డబ్బాలో చేయి పెట్టాను. మొత్తం చిల్లర లెక్క పెడితే రూపాయిన్నర తేలింది. ఇంక ఆలోచించ కుండా మొత్తం చిల్లర జేబులో వేసుకొని శరవేగంతో బస్టాండు వేపు పరుగెత్తాను. వేలూరు బస్సు కదలడానికి సిద్ధంగా ఉంది. బస్సు మొత్తం ఆత్రంగా వెదికాను. అమ్మ వాళ్ళు కనిపించలేదు. ఈ లోపు బస్సు కండక్టర్ 'టికెట్... టికెట్...' అంటూ వెంట పడ్డాడు... ఎక్కడ లేని తెగింపుతో జేబులో చిల్లర మొత్తం అతడి చేతిలో పోసాను. కండక్టర్ ఏదో గొణుక్కుంటూ టికెట్ చింపి చేతిలో పెట్టాడు.

బహుశా అది అర్ధటికెట్ అనుకుంటా... చిల్లర సరిపోయిందో లేదో నాకు తెలీదు. బస్సు కిక్కిరిసి ఉంది, నించోవడానికి కూడా చోటు లేదు. వెల్లూర్ వెళ్లడం అదే మొదటి సారి. కోట ఎక్కడ ఉందో తెలీదు. ఎవరినైనా అడగటానికి తమిళ బాష కూడా పూర్తిగా రాదు. అమ్మ వాళ్ళు కనిపిస్తారో లేదో తెలీదు. కనిపించకపోతే తిరిగి రావడానికి జేబీలో చిల్లిగవ్వ కూడా మిగల్లేదు. ఐనా సరే నేను ఆ క్షణం అవేమీ ఆలోచించలేదు. ఒకటే లక్ష్యం! నన్ను వదిలి వెళ్లారన్న ఉక్రోషం నన్ను అలా ఉసిగొల్పింది.

**

"వెల్లూర్... వెల్లూర్... కోట్టై... వెల్లూర్ కోట్టై..." అనే కండక్టర్ అరుపులకి బస్సులోని గుంపు బిలబిల మంటూ బయటికి ఉరికారు. వాళ్ళతో బాటు నేను. కోటకి దారి వెదికే పని తప్పింది. ఇక మిగిలింది అమ్మావాళ్ళను వెదకడమే! మెల్లగా చుట్టూ చూసుకొంటూ గుంపులో పడి నడుస్తున్నాను. కోట చుట్టూ తిరునాళ్ల సందడి, రకరకాల బొమ్మలు, తినుబండారాల అంగళ్ళు, ఐస్ బళ్ళు, రంగుల రాట్నాలు, మేజిక్ షోలు, దొమ్మర ఆటలు... చూడటానికి రెండు కళ్ళు సరిపోవడం లేదు. దేనికైనా జేబీలో చిల్లిగవ్వ లేదు. వెళ్లిన ఒక గంట వరకూ నాకు మా అమ్మ వాళ్ళను వెదకాలన్న ధ్యాసే లేదు. మెల్లగా జనానికి అలవాటు పడి, జనం మధ్యలో అమ్మ వాళ్ళ బృందాన్ని వెదికే పనిలో పడినాను. మొత్తం కోట చుట్టూ ఒక చుట్టు తిరిగేసాను. కిక్కిరిసిన జనం మధ్యలో అమ్మ వాళ్ళు కనిపిస్తారనే ఆశ. రెండో రౌండు పూర్తయ్యింది. కాళ్ళు పీకుతున్నాయి. ఆకలి... అంతకన్నా ఎక్కువ దాహం... కళ్ళు తిరుగుతున్నాయి! పక్కనే ఉన్న పంపులో వస్తున్న నీళ్లు కడుపు నిండా తాగాను. (అప్పట్లో నీళ్ల బాటిల్స్ లేవు... తాగే నీళ్లు ఫ్రీ గా దొరికేవి!!). మళ్ళీ వేట మొదలయ్యింది కనుచూపుమేర గుళ్ళు, అంగళ్ళు, పార్కులు అన్నీ వెదికేసా... కనిపించలా! క్రమంగా ఆశ సన్నగిల్లుతోంది.

ఆకలి పెరుగుతోంది. గుంపులోని జనం ఎక్కడికక్కడ గుంపులుగా కూర్చొని వెంట తెచ్చుకున్న పులిహోర, పొంగలి, చపాతీలు ఆబగా తింటున్నారు. కమ్మటి వాసనలు చుట్టుముడుతున్నాయి... అమ్మ వాళ్ళు కూడా ఎక్కడో ఈపాటికి తినడం మొదలు పెట్టేసుంటారు.. నాకు ఏమీ మిగలకపోతే ఎలా?? ఒక్కసారిగా నిస్పృహ, నిస్సత్తువ ఆవహించాయి. ఒక చెట్టు కింద కూలబడ్డాను. అదిగో అమ్మ ఇక్కడే ఉంది. ఇంత సేపు ఎందుకు కనిపించలేదు? అబ్బా... ప్లేట్ నిండుగా పులిహోరా, నంజుకోవడాన్కి మిర్చి బజ్జి... ఆత్రంగా తింటున్నా... పొలమారింది. "ఏందిరా ఆ ఆత్రం? మెల్లంగా తినరా పెధవా!" అమ్మ తిడుతోంది.

..

మొహమ్మీద చల్లని నీళ్లు... ఎవరో చెవి మెలిపెడుతున్నారు, పులిహోర తిననీకుండా. విసుగ్గా చెయ్యి విదిలించాను. ఇంకా గట్టిగా మెలిపెడుతూనే ఉన్నారు. అప్పుడు పూర్తిగా మెలకువ వచ్చింది. అసలు ఎప్పుడు పడుకున్నానో... కాదు... సొమ్మసిల్లానో నాకే తెలీదు. ఎదురుగా అమ్మ ఉగ్రరూపం.. అంత కోపం నేను ఎప్పుడు చూడలా... "ఇంటికి పదరా, నీ పని చెపుతా!" అంటూ ఇల్లు చేరేవరకూ తిడుతూనే ఉంది. నా అదృష్టం, నా వాటా పులిహోర మిగిల్చారు. అసలు అదృష్టం - చెట్టు కింద సొమ్మసిల్లిన స్థితిలో నేను మా అమ్మ వాళ్లకు కనిపించడం అని... నేను వాళ్లకు అలా కనిపించకపోయి ఉంటే నా పరిస్థితి ఏంటని నాకు అపుడు తట్టలేదు... చాలా రోజుల వరకు మా నాయనకు విషయం తెలీదు. తెలిస్తే మా అమ్మ సంగతి కూడా బయట పడుతుంది కాబట్టి అమ్మ చెప్పదు. మా అక్క మాత్రం చాలా రోజుల వరకు మేము పోట్లాడినపుడంతా నన్ను బ్లాక్ మెయిల్ చేస్తూనే ఉండింది.

***

పిడుగుద్దుల మా బాసు

స్కూల్ గంట గణ గణ మోగింది. నా చెవులను నేనే నమ్మలేకపోయా. అప్పటికి అది ఇంకా మొదటి పీరియడే, అదికూడా లెక్కల పీరియడ్. క్షణమొక యుగంలా గడుస్తోంది... ఆ సమయంలో నా చెవులకు ఇంపుగా లాంగ్ బెల్ శబ్దం. విల్లు విడిచిన బాణం లాగా గబాగబా పుస్తకాలు సర్దుకొని ఒకర్నొకరు నెట్టుకుంటూ ఒక్కటే పరుగు. బయటకి వచ్చాక తెలిసింది స్ట్రైక్ వాళ్ళు వచ్చారని. వాళ్ళు మా పాలిటి ఆపద్బాంధవుల్లా అప్పుడప్పుడు వచ్చి మమ్మల్ని స్కూల్ చెర నుండి విడిపిస్తూ ఉంటారు. వాళ్లు వస్తే తప్పకుండా లాంగ్ బెల్ మోగుతుంది. మెయిన్ గేట్ దగ్గర అసహనంగా మా డ్రిల్ల్ మాస్టర్ కృష్ణప్ప నించున్నాడు. ఇలా అర్ధాంతరంగా మేము వెళ్లిపోవడం ఆయనకు ఏ మాత్రం ఇష్టం లేనట్లుంది ఆయన వాలకం చూస్తే. బయటకు వస్తుంటే నా బుర్రలో ఒక అనుమానం. మధ్యాహ్నం మళ్ళీ రావాలా...? అని. ఆయన మొహం చూసి నేను అడిగే ధైర్యం చేయలేక పోయా. ఇంతలో పక్కనుండి ప్రకాష్ గాడు, చెడ్డీ ఎగేసుకుంటూ "మద్దేనం రావాల్నా సా?" అని అడగనే అడిగేశాడు. అంతే... మా డ్రిల్ల్ మాస్టర్ చేతిలో బెత్తం వాడి పిర్ర మీద నాట్యం చేసింది. బ్రతుకు జీవుడా! ఇంకా నయం... నేను అడగలేదు అనుకుంటూ పరుగులంకించుకున్నా... చాలాసార్లు ఇలా స్ట్రైక్ వాళ్ళు వచ్చినపుడు మాకు ఇదే అనుమానం. కానీ, అసలు విషయం ఏంటంటే అటువంటి సందర్భాల్లో ఆ పూట మధ్యాహ్నం తప్పని సరిగా క్లాసులు ఎప్పటిలాగే జరుగుతాయి. ఎవరూ చెప్పనవసరం లేదు.

అదే మా బిజెడ్డయిస్కూలు. ప్రతి క్లాసులోను ఆరు సెక్షన్స్ ఉండేవి. 'ఏ' సెక్షన్‌లో అందరు బాగా చదివే పిల్లలు ఉంటారు అని మా టీచర్స్ నమ్మకం. దానికి తగినట్లు ఆ సెక్షన్‌లో అందరికి తామే మేధావులమని ఒకటే టెక్కు. మిగతా సెక్షన్స్ వాళ్లకు వాళ్ళను చూస్తే ఒళ్ళు మంట... 'బి' సెక్షన్ అరవ మీడియంవాళ్ళు ఎవరి జోలికీ రారు. వాళ్ళ ప్రపంచం వాళ్ళది అన్నట్లు ఉంటారు. ఇక సి, ఎఫ్ సెక్షన్స్ ఏమో ఇంగ్లీష్ మీడియం. వాళ్లయితే నేల మీద నడవరు, సాక్షాతూ ఇంగ్లీష్ దొరలులా ఫీల్ అయి టక్, షూస్, అల్యూమినియం స్కూల్ బాక్స్ (ఆ రోజుల్లో అదో స్టేటస్ సింబల్) లేకుండా వచ్చేవాళ్లు కాదు.

నేను మాత్రం ఎందుకో మరి'డి'సెక్షన్లో వచ్చి పడ్డాను. మా సెక్షన్ మొత్తం అత్తెసరు మార్కులతో నెట్టుకొచ్చే బాపతు... చింపిరి జుట్టు, చీమిడి ముక్కులు, వొదులు చెడ్డీలతో, అట్టలు ఊడిన పుస్తకాలకు ఒక రబ్బర్ బ్యాండ్ (అప్పట్లో పుస్తకాల కోసమే ప్రత్యేకంగా అమ్మేవాళ్లు) చుట్టి, భుజంమీద పెట్టుకొని వచ్చి, ఎప్పుడు స్కూల్ విడిచిపెడతారా... అని ఎదురు చూసి, సాయంత్రం పూట ఇంటి దగ్గర చిల్లర అంగట్లోనో, మార్కెట్లో కూరగాయల అంగట్లోనో కూర్చునే బాపతన్నమాట. వాళ్ళ ఇంట్లో వాళ్లకు కూడా వీళ్ళ చదువుల మీద శ్రద్ధ అంతంత మాత్రమే... అమ్మాయిలు మాత్రం చదువుల సంగతేమోకానీ... చూడటానికి మాత్రం చక్కగా, ఒద్దికగా ఉండేవారు... కానీ అమ్మాయిలతో మాట్లాడ్డడం మాత్రంఆ స్కూల్‌లో పూర్తిగా నిషిద్ధం. ఎంతసేపూ చందమామను చూసినట్లు వాళ్ళను దూరం నుంచి చూడడమే అన్నమాట.

నేను కొంచెం సుమారుగానే చదివేవాడిని. అందునా క్లాస్ మొత్తం అత్తెసరు బ్యాచ్ కాబట్టి, చెట్లు లేనిచోట మనమే ఆముదం చెట్టన్న మాట. ఇక హిందీలో ఐతేక్లాస్ టెస్ట్ పేపర్లు దిద్దేది కూడా మనమే. ఆ కాస్త చదువుతో

బాటు, సహవాస దోషం వల్ల కొంచెం కోతి చేష్టలు కూడా బాగా వంటబడ్డాయి. అటువంటి చేష్టల్లో సాయంత్రం చివరి గంట డుప్కి (డుమ్మాకి అప్పట్లో మేము వాడే పదం) కొట్టటం కూడా ఒక్కటి. ఏమాత్రం అవకాశం ఉన్నట్లు అనిపించినా అందరు కలిసి ఒక జట్టుగా జంప్ అయిపోయి ఓవర్‌బ్రిడ్జి కింద రైల్వే ట్రాక్ పక్కన ఉన్న బెల్లం మండీలు, మామిడికాయ మండీలు చుట్టూ తిరిగి వాటిని దొంగిలించడానికి ట్రై చెయ్యడం, ఒక్కోసారి వాళ్లకు దొరికిపోయి తన్నులు తినడం, అటుగా వెళ్తున్న చెరకులోడు ట్రాక్టర్‌నుండి చెరకు గడలు లాగడం, అటునుండి ట్రాక్ దాటి ఫారెస్ట్ లోకి వెళ్ళిపోయి చింతకాయలు, రేగిపళ్ళు కొట్టుకొని తినడం, చిన్న చిన్న బావులు, కుంటల్లో ఈదులాడటం, ఒకటా... రెండా... ఏ రోజుకు ఆ రోజే ఒక ప్రత్యేక కార్యక్రమం అన్న మాట.

**

అలా ఒక రోజు మేమందరం లాస్ట్ పీరియడ్ డుప్కి కొట్టి బ్యాచ్ మొత్తం ఊరి మధ్యలో ఉన్న పెద్ద గుట్ట మీదకి ఎక్కడం ఆ రోజు ప్రోగ్రామ్ కింద పెట్టుకున్నాం. అందరం కలిసి ఆఖరి గంటలో క్లాస్ లీడర్‌కి ఏమాత్రం అనుమానం రాకుండా జారుకున్నాం. ఒకరి వెనుక ఒకరు ఉత్సాహంతో కొండపైకి ఎక్కుతున్నాం. మా అందరిలో హరిగాడు మరీ ఎక్కువ ఊపులో ఉన్నాడు, వాడు మా జట్టులో చేరి డుప్కి కొట్టడం అదే మొదటిసారి మరి! వాడు అందరి కన్నా ముందు ఎక్కుతున్నాడు. అంతలో హఠాత్తుగాఎక్కడ నుండి వచ్చిందో, లేదా అది ఉన్న చోటుకు వీడు వెళ్ళాడో, ఒక పెద్ద కోతి వాడి మీదకు ఉరికింది. అంతే...! కెవ్వు...మని అరిచి, వాడు ఒక్కసారిగా వెనక్కు దూకాడు. అలా దూకి ఒక పెద్ద బండ మీద నుండి జర్రున జారి, పైకెక్కుతున్న మా మీద వచ్చి పడ్డాడు. మాకందరికీ ముచ్చెమటలు పట్టేసాయి. వాడి ఎడమ తొడ మొత్తం బండ మీద రాసుకొని అరచేయి

పెడల్పు గాయం. ఎర్రటి రక్తం!! అప్పటికి హరిగాడు ధైర్యంగానే ఉన్నాడు గానీ, మాలో ఒకడు రక్తం చూసి కళ్ళు తిరిగి పడిపొయ్యాడు. వాడి మొహాన నీళ్లు కొట్టి వాడిని లేపి, హరిగాడిని అలాగే మోసుకొని ఒక ఆర్ఎంపీ డాక్టర్ దగ్గరకి తీసుకొని పెళ్ళాం.

ఆ డాక్టరు జరిగింది తెలుసుకొని మమల్ని తెగ చీవాట్లు పెట్టి అది పోలీస్ కేసు అవుతుందన్నంతగా భయపెట్టి ససేమిరా కట్టు కట్టనన్నాడు. అసలే మేము స్కూల్ డుమ్మి కొట్టి ఉన్నాము. ఆయన దెబ్బకు ఇంకాస్త హడలి చచ్చాము. మాలో ఒకరిద్దరు సన్నగా ఏడుపు మొదలు పెట్టారు. ఆయన కాళ్ళావేళ్ళా పడి ఎలాగో బతిమాలి, టింక్చర్ పూయించి, బ్యాండేజ్ కట్టించి, వాడిని అలాగే మోసుకొని స్కూల్ పక్కనే వేపమాను వీధిలోని వాడి ఇంటి వద్ద దించేసి బ్రతుకు జీవుడా అంటూ ఎవరిళ్ళకు వాళ్లుపరుగెత్తాం.

అక్కడితో గండం గడిచింది అనుకున్నాం. కానీ, ఎన్నాళ్ళుగానో ఇటువంటి అవకాశం కోసం చూస్తున్న మా క్లాస్ లీడర్ ద్వారా మరుసటిరోజు మా క్లాస్ టీచర్‌కి ఈ విషయం తెలిసిపోయింది. ఇక్కడ మా క్లాస్ లీడర్ గురించి కొంత చెప్పుకోవాలి.... వాడి పేరు నారాయణ, ఏ మాత్రం అవకాశం వచ్చినా మాకు తన్నులు తినిపించాలని చూస్తుంటాడు. వాడిని మంచి చేసుకోవడానికి మా వాళ్ళు కొంతమంది వాడికి పది, ఇరపై పైసలు (అప్పట్లో వాడి రేంజ్, మా రేంజ్ కూడా అంతే మరి) లంచం కూడా ఇస్తుంటారు. నేనైతే హిందీ క్లాస్ టెస్ట్ లో వాడికి ఐదు మార్కులు అదనంగా కలిపేవాడిని. దానితో కలిపి వాడికి పది మార్కులువరకు వచ్చేవి. ఎంత చేసినా కానీ అది వాడికి ఏ రోజుకు ఆ రోజే.

••

తరువాతి రోజు ఫస్ట్ పీరియడ్‌లోమా డుమ్మీ బ్యాచ్ మొత్తాన్ని లాస్ట్ బెంచ్ ఎక్కిచ్చారు మా క్లాస్ టీచర్. ఆయన పేరు ఈశ్వర్ అయ్యవారు.

మేమందరం ఆయన్ను 'బాస్' అని ముద్దు పేరుతోపిలిచేవాళ్ళం.నల్లటి భారీ ఆకారం, పెద్దపొట్ట, కోర మీసాలు, చింతనిప్పుల్లాంటి కళ్ళు, షూస్, ప్యాంటు మీద బెల్టు, టక్ చేసిన షర్ట్ ఇదీ... ఆయన ఆకారం. ఇతర టీచర్స్ లాగా ఆయన బెత్తం వాడడు. స్టూడెంట్స్ ని కొట్టడంలో ఆయన స్టయిలే వేరు. జుట్టు పట్టి వొంగోబెట్టి వీపున ఒక్క పిడిగుద్దు గుద్దినాడంటే, దెబ్బకు విమానం మోత మ్రోగి, తేరుకోవడానికి చాలా సమయం పడుతుంది. ఒకరిద్దరు ఆయన గుద్దు ధాటికి నిక్కర్లు తడుపుకున్న సందర్భాలు కూడా లేకపోలేదు. ఆ అనుభవం మా గ్రూప్‌లో చాలా మందికి ఉంది. అంతో ఇంతో చదవడం వల్ల నాకు ఇప్పటివరకు ఆ భాగ్యం కలగలేదు. కానీ ఇప్పుడు... మా బాస్ పిడిగుద్దు నుండి నన్ను ఆ దేవుడు కూడా రక్షించ లేడు. ఇంగ్లీష్ లెసన్ చెపుతూ అపుడప్పుడు బెంచ్‌మీద నించున్న మా వంక కోర చూపులు చూస్తున్నారు బాస్. వేటాడటానికి తగిన సమయం కోసం ఎదురుచూస్తున్న పెద్ద పులిలా కనిపిస్తున్నారు మా అందరి కళ్ళకు ఆ క్షణం మా బాస్...

నా వెన్నులో సన్నగా వణుకు మొదలైమోకాళ్ళ దాకా పాకుతోంది... సరిగా నిలబడ లేకపోతున్నా... ఇదొక రకం నరకం. ఒక్కసారిగా ఆ గుద్దుడేదో కానించేయ్యకుండా ఈ టార్చర్ ఏంటిరా భగవంతుడా అనుకుని గట్టిగా కళ్ళు మూసుకున్నా. దీనికి తోడు పరువు సమస్య కూడా వచ్చిపడింది. ముందు వరుసల్లో ఉన్న మా అమ్మాయిలు ఉత్సుకతతో వెనక్కి తిరిగి మాటి మాటికీ చూస్తూ, కిచకిచమని ఒకటే నవ్వులు. క్షణాలు భారంగా గడుస్తున్నాయి. నిన్న తగిలిన దెబ్బకు హరిగాడు మాత్రం వారం రోజులు స్కూల్ జంప్. భలే తప్పించుకున్నాడు నాయాలు! అని మా కందరికీ కడుపుమండుతోంది. అసలు ఈ ఉపద్రవం అంతటికీ కారణం వాడే కదా...

మేము ఎదురు చూస్తున్న సమయం రానే వచ్చింది. పాఠం మధ్యలో 'యార్డ్' అనే ఇంగ్లీష్ పదం దగ్గర మా బాస్ ఆగి మా దగ్గరకు వచ్చారు. "యార్డ్ అంటే ఏమి?" అని ఆ చివర మొదటివాడిని అడిగారు. వాడి మొహం చూస్తేనే అర్థం అవుతుంది ఆ పదం వాడు ఎప్పుడూ వినలేదని. "తెలీదు... సా..." మిగతా వాళ్ళ సంగతి ఇక చెప్పనవసరం లేదు. వరసగా గుద్దుల పర్వం మొదలయ్యింది. "యార్డ్... అంటే తెలీదు! స్కూల్‌కి డుమ్కీలు కొట్టి షికార్లకు వెళ్ళటం మాత్రం తెలుసా??" ప్రతి ఒక్కడి దగ్గరా మా బాస్ గుభీ గుభీమనే గుద్దుతోబాటు డైలాగు రిపీట్ చేస్తూ వస్తున్నారు. దెబ్బతిన్న ప్రతివాడు పాములా మెలికలు తిరుగుతున్నాడు.

నాకు ముచ్చెమటలు ఎక్కువైనాయి. హిందీ వరకు మనం పులి గాని, ఇంగ్లీష్ విషయంలో మనం కూడా అంతంత మాత్రమే. కళ్ళు గట్టిగా మూసుకున్నా, నా బుర్ర శరవేగంగా పరుగెడుతోంది. ఎక్కడో చదివిన, విన్న జ్ఞాపకం లీలగా... బుర్రలో నుండి నాలుక మీదికి రావడం లేదు. పక్క వాడి వీపు మోగింది. ఇక మిగిలింది నేనే! నా ముఖానికి సరిగ్గా మూడు అంగుళాల దూరంలో బాస్... చింత నిప్పుల్లాంటి కళ్ళు... "యార్డ్... ర్డ్... ర్డ్... అంటే... ఏమీ?" అదే ప్రశ్న. "గ్గ... గ్గ... జము... గజము ....సా..."అప్పటిదాకా నాలుక మీది రాని పదం ఎక్కడనుండి వచ్చిందో తెలీలేదు. అప్పటికే పైకి లేచిన బాస్ చెయ్యి అంతే వేగంతో కిందికి దిగింది. కళ్ళు గాట్టిగా మూసుకొని ఎదురు చూస్తున్నా... గుభీమని శబ్దం వినిపించింది అందరికీ. ఆశ్చర్యం... నాకు దెబ్బ మాత్రం తగల్లేదు. నేను చెప్పిన సమాధానం మహిమో ఏమో, మా బాస్ నన్ను కరుణించారు. సౌండ్ మాత్రమే వచ్చేటట్లుగా మా బాస్ పిడికిలి నా వీపుని చరిచింది. నాకు ఏమాత్రం నొప్పి తగలలేదు. ఆవిషయం నాకు, మాబాస్‌కి

మాత్రమే తెలుసు. నేను కూడా అందరిలాగే కొంత యాక్షన్ చేసేసాను. లేకపోతే మళ్ళీ గుద్దుతాడేమో అన్న భయంతో... ఆ విధంగా ఆరోజు మా బాస్ గుద్దు బారి నుండి తప్పించుకున్నాను. కానీ అప్పటికే మా క్లాస్ అమ్మాయిల ముందు పోవలసిన పరువు పూర్తిగా పోయింది. అప్పటినుండి మా లీడర్ నారాయణకు హిందీలో ఐదు మార్కుల బోనస్ కట్. ఆ తర్వాతి టెస్టుల్లో వాడి మార్కులు ఐదు దగ్గరే ఆగిపోయింది. మా డుప్కీల పర్వం మాత్రం ఆగలేదు.

***

మా ఇంకుమచ్చ కణ్ణనయ్యోరు

అది చిత్తూరు చర్చి వీధిలో... చర్చిని ఆనుకొని ఉండే బంగారుపాళెం జమీందార్ వారి హైస్కూల్. అందరూ పిలిచేది బిజెడ్డయిస్కూలు అని. ఆ స్కూల్ అంటే తెలియని వాళ్ళు చిత్తూరు పరిసర గ్రామాల్లో ఎవ్వరు ఉండరు. ఆ స్కూల్‌లో ఆరోజుల్లో అడ్మిషన్ రావాలంటే చాలా తంటాలు పడేవాళ్లు మా పేరెంట్స్. విద్యార్థుల సంఖ్య వెయ్యికి పైమాటే... ఆరో తరగతిలో అడ్మిషన్ వస్తే చాలు, పదో తరగతి వరకు నిశ్చింతగా గడిచిపొయ్యేది.

మా బిజెడ్డయిస్కూలులో స్టూడెంట్స్ సంగతి ఏమో కానీ టీచర్లు మాత్రం ఆణిముత్యాలు అని చెప్పుకోవచ్చు. విద్యార్థులకు పాఠం చెప్పడంలో ఎవరికి వారే సాటి... మావాళ్లు ముఖ్యంగా మా 'డి' సెక్షన్ వాళ్లు చెప్పే పాఠం ఏ రోజు సరిగా విని ఛస్తే కదా... మా వాళ్లు వినినా వినకపోయినా మా టీచర్స్ సెక్షన్స్ తో సమ్మందం లేకుండా, ఎవరి పద్ధతిలో వాళ్ళు స్టూడెంట్స్ కి బాగా అర్థం అయ్యే విధంగా పాఠాలు వినిపించేవాళ్లు. స్టూడెంట్ అన్న తరువాత బెత్తం దెబ్బలు తప్పవన్నట్లు... టీచర్ అన్న తర్వాత మారుపేర్లు తప్పవన్న మాట. అలా... చాలా మంది టీచర్స్ కి ఒక మారుపేరు ఉండేది... అవి ఎవరు పెట్టారో, ఎప్పుడు పెట్టారో తెలీదు గానీ సరిగ్గా వాళ్ళ రూపానికి లేదా హావభావాలకు, వాళ్ళు ఎక్కువగా వాడే వాడుక పదాలకు అతికినట్లుగా సరిపొయ్యేవి.

తరతరాలు అలాగే ఆ మారుపేర్లు విద్యార్థుల మధ్య కొందరి టీచర్స్ అసలు పేర్లు కూడా తెలీనంతగా చలామణి అవుతూండేవి... మరి ఆ మారుపేర్లు

ఆ టీచర్స్ కి తెలుసో... తెలీదో... మాత్రం మాకెవరికీ తెలీదు. ఒక సారి మాత్రం మా సైన్స్ మాస్టర్ (ఆయన మారు పేరు 'కాంతి') మెట్లు దిగి వస్తుండగా మా వాడొకడు "కాంతి మెట్ల మార్గంలో ప్రసరిస్తోందిరోయ్..!!" అని బిగ్గరగా అరిచాడు (ఆ తరువాత క్లాస్‌లో మా కాంతి అయ్యవారు కొట్టిన దెబ్బలకు వాడి చెడ్డీ తడిసింది...). భోజన ప్రియుడైన మా తెలుగు టీచర్ సుబ్రహ్మణ్యం అయ్యవారిని 'దోసెల అయ్యోరు' అని పిలిచేవాళ్ళం. ఆయన పాఠంలో ఎక్కడో ఒకచోట దోసెల వర్ణన తప్పని సరిగా ఉంటుంది. ఎవరిదైనా పుట్టినరోజు చాక్లెట్స్ ఇవ్వడానికి వస్తే డబ్బాలో చెయ్యి పెట్టి పిడికిలి నిండుగా తీసుకునేవాడు.. తర్వాత ఎవరికీ మిగిలేవి కాదు. మా సంస్కృతం అయ్యవారి తల నున్నగా గుండు చెంబులా ఉండేదని ఆయనను 'చెంబయ్యోరు' అని పిలిచేవాళ్ళు.

ఇలా రకరాల మారుపేర్లు ఉన్న అయ్యవార్ల మధ్య అప్పటిదాకా ఏ మచ్చ లేని వారు మాకణ్ణనయ్యోరు. ఆయన గురించి ప్రత్యేకంగా చెప్పుకోవాలి. సుమారు అరవై ఏళ్ళ వయస్సు... ఆరడుగుల పొడవైన విగ్రహం, కోల మొహం, మీసాలు లేకుండా నీట్ గా షేవ్ చేసిన గడ్డం, ఎర్రగా బుర్రగా, సన్నగా చురుగ్గా, హాలీవుడ్ హీరోకి అడ్డ పంచె కట్టినట్లు ఖద్దరు పంచె, మెరుపు లాంటి గంజి ఇస్త్రీ చేసిన తెల్లటి చొక్కా, తెల్ల జుట్టు, కళ్ళకు ఎప్పుడూ నల్ల కళ్లద్దాలు (ఆయనకు ఫోటోఫోబియా అనే జబ్బు అని మాకు అప్పట్లో తెలీదు).

ప్రతి రోజు పొద్దున్నే మొదట గెంట కొట్టేలోపు మా కణ్ణనయ్యోరు దవడలు బిగించుకొని పొడుగాటి సైకిలెక్కి తొక్కుంటూ వొస్తూ ఉంటే పిలకాయలందరూ ఒక్కటే పరుగులెట్టుకునే వాళ్ళు ... ఆయన సైకిలు దిగే వరకూ ఎవ్వరూ ఆయనకు ఎదురు పడకూడదు. అందులోనూ, ఆయన సైకిల్ మీదున్నపుడు అస్సలు నమస్కారం పెట్టగూడదు. ఇది

ఆయన పెట్టిన రూలు... ఎందుకంటే దానికో కథ ఉంది. ఒకసారి ఎపుడో ఆయన ట్రాఫిక్‌లో సైకిల్ తొక్కుని పోతుంటే, ఎదురు పడి నమస్కారం పెట్టిన తుంటరి పిలకాయకి ప్రతి నమస్కారం పెట్టబోయి పాపం ఆయన సైకిల్ మీద నించి కింద పడిపోయారంట. ఆ మరుసటి రోజు స్కూల్లో వాడికి సంగతి ఏమయి ఉంటుందో ప్రత్యేకంగా చెప్పాల్సిన పన్లేదు. అది మొదలుకొని ఆయన సైకిలెక్కి ఉన్నప్పుడు నమస్కారం పెట్టగూడదని ఆ స్కూలు పిల్లలందరికీ తెలుసు.

ఆయన సాంఘిక శాస్త్రం పాఠం చెబుతుంటే చెవులు అప్పగిచ్చేసి వినాల్సిందే. అలా కాని వినకపోతే ఆయన ప్రత్యేకంగా తయారు చేయించి తెచ్చి పెట్టుకొన్న ఒకటిన్నర అడుగు పొడగు కేను బెత్తం రెడీగా ఉంటుంది. ఆ కేను బెత్తంతో కొట్టేటప్పుడు ఆయన మొహం చూడాల్సిందే... నా స్వామి రంగా... సాధ్యమైనంత ఎడంగా నుంచొని, దవడ ఎముక బిగించుకొని... అర్జునుడు బాణం గురి చూసినట్లు ఆ బెత్తం, మా అరచేయి ఒకే వరుసలోకి వచ్చేటట్లు గురి చూసి, అరచేతిలో ఉన్న దుమ్ము, ధూళిని ఆ బెత్తంతో శుభ్రం చేస్తున్నట్లు ఒకటికి రెండుసార్లు రాసి అప్పుడు బెత్తాన్ని సంధించేవారు. ఎవడైనా భయపడి చేతిని వెనక్కు లాగితే ఆయనకు ఎక్కడ లేని కోపం వచ్చేసేది. ఇక ఒకటి బదులు రెండుగా పడేవి. ఇక ఆయనలో మాకు నచ్చిన గుణం ఏంటంటే అలా కొట్టేటప్పుడు మిగతా అయ్యవార్ల మాదిరి, ఆడ మగ అనే తేడా చూపించేవారు కాదు.

అటువంటి మచ్చలేని కణ్ణనయ్యోరుకి కూడా మచ్చ పెట్టేసాడు మా ప్రకాష్ గాడు. ఒకరోజు ఆయన సీరియస్‌గా పాఠం చెపుతున్నాడు. ముందు వరసలో ఆయన కాళ్ళ దగ్గర ప్రకాష్ గాడు, పక్కనే నేను. వాడికి కణ్ణనయ్యోరు మీద భలే కోపం. 'ఎప్పుడూ నన్నే కొడతాడు!' అని ఏడుస్తూ ఉండేవాడు. ఆ రోజు కణ్ణనయ్యోరు మీద కసి తీర్చుకోవడానికి మంచి

ఛాన్సు దొరికింది వాడికి. కాళ్ళ దగ్గర కూర్చున్న వాడు రాస్తున్న ఇంకు పెన్నుని చప్పుడు చెయ్యకుండా అయ్యోరి తెల్లని పంచె అంచుకి తగిలించేసాడు. అంతే! క్షణాల్లో అయ్యోరి తెల్లని పంచె మీద అర్ధరూపాయి బిళ్ళంత నీలం రంగు ఇంకు మచ్చ ప్రత్యక్షమయ్యింది. క్రింద కూర్చున్న మేము చేసే పని పైన ఆరడుగుల ఎత్తున ఉండే అయ్యోరి కళ్ళకు కనపడదని ప్రకాష్ గాడి గట్టి నమ్మకం వాడితో ఆ పని చేయించింది. కానీ అక్కడున్నది మా కణ్ణనయ్యోరు. ఆయన కళ్ళు కప్పడం అసాధ్యం అని అర్భకుడైన మా వాడికి తెలిసి చావలా!! క్షణంలో ఏమి జరిగిందో క్లాస్ మొత్తం తెలిసే లోపు మా ప్రకాష్ గాడి మీద కణ్ణనయ్యోరి అడుగున్నర బెత్తం నాట్యం చేయడం..., దానికి అనుగుణంగా వాడు మెలికలు తిరగడం జరిగిపోయింది. ఆ కుట్రలో నాకు భాగం ఉందని అనుమానించి నాకు కూడా రెండు తగిలించారు. ఆ రోజు నుండి ఆయన క్లాస్‌లో ముందు రెండు వరుసల్లో విద్యార్థులు కూర్చోవడం నిషిద్ధం ... అయితే అప్పటి దాకా ఏ మచ్చ లేని ఆయనకు ఆ రోజు నుండి 'ఇంకుమచ్చ కణ్ణనయ్యోరు' అనే పేరు స్థిరపడిపోయింది!

***

హ్యాపి డేస్

స్టూడెంట్ లైఫ్ అన్నది ప్రతి ఒక్కరి జీవితంలో అతి ముఖ్యమైన ఘట్టం. అందులో హాస్టల్ జీవితం ఒక మరపురాని అనుభూతిని ఇస్తుంది. ముఖ్యంగా ప్రొఫెషనల్ కోర్సెస్‌లో ఆ సామూహిక జీవనం అనుభూతులు మరింత మధురంగా ఉంటాయి. అటువంటి జ్ఞాపకాలు నాకు తిరుపతి వెటర్నరీ కాలేజీ హాస్టల్‌లో కోకొల్లలు. ఆ హాస్టల్‌లో ఉండే అవకాశం రావడం ఒక అదృష్టంగా భావిస్తుంటాను. నేనే కాదు అక్కడ గడిపిన ప్రతి ఒక్కరూ నాలాగే ఫీల్ అవుతుంటారు. అప్పటిదాకా బావిలో కప్పలలా, ఉన్న ఊరే ప్రపంచం అని ఫీల్ అవుతూ ఉండి, ఒక్కసారిగా పిల్లకాలువల నుండి ఒక మహానది ప్రవాహంలో వచ్చి పడినట్లుగా ఉక్కిరి బిక్కిరి అవుతున్న ఫీలింగ్, కొత్త పరిసరాలు... కొత్త స్నేహితులు... అర్థం అయీ కాని క్లాస్ లెసన్స్... సీనియర్స్ ర్యాగింగ్... అన్నీ కొత్తగా, వింతగా, గమ్మత్తుగా ఉండేవి. ఆ రోజుల్లో తిరుపతి వెటర్నరీ కాలేజ్ హాస్టల్‌కి ఒక ప్రత్యేకత ఉండేది... రాష్ట్రం మొత్తానికి ఉన్న రెండు కాలేజెస్‌లో ఒకటి కావడం వలన ఆ క్యాంపస్ భిన్నత్వంలో ఏకత్వానికి ప్రతీకలా ఉండేది... ఉత్తర కోస్తా నుండి రాయలసీమ దాకా విభిన్నమైన మనస్తత్వాలు, అలవాట్లు, భాషలోని యాస అన్నీ కలగలిపి ఒకేచోట వినడానికి చాలా తమాషాగా ఉండేది. ఇక హాస్టల్ మెస్‌లో వడ్డించే 'చిత్తూర్ సాంబార్' అన్ని ప్రాంతాల వారికి అత్యంత ప్రీతి పాత్రం... మా హాస్టల్‌మేట్స్ అందరికీ అది బలవత్తరమైన టానిక్‌లా పనిచేసేది...

మా కాలేజీ మెయిన్ బిల్డింగ్, తిరుమల కొండల బ్యాక్‌డ్రాప్‌తో ముందు పెద్ద మైదానంతో, పచ్చటి చెట్లతో ప్రకృతికి దగ్గరగా, కాలుష్య రహిత వాతావరణంలో, కాలేజీ బిల్డింగ్‌కి కూత వేటు దూరం లోనే హాస్టల్స్... చుట్టూ ఆకాశాన్ని అంటే అశోక చెట్లు... మధ్యలో గార్డెన్... కూర్చోవడానికి రాతి బండలు... చేయి తిరిగిన చిత్రకారుడు చేసిన పెయింటింగ్ లాగా చూడటానికి కన్నుల పండువగా ఉండేది.

ఇక మా బ్యాచ్‌మేట్స్ - ఉగాది పచ్చడి రుచులను మేళవించినట్లు విభిన్నమైన వ్యక్తిత్వాల సమాహారం. ఎవరికి ఎవరు ఏ మాత్రం తీసిపోరు. వెరసి బ్యాచ్ మొత్తం సంచలనాలకు కేంద్ర బిందువు అని చెప్పుకోవచ్చు. ముఖ్యంగా ఆ రోజుల్లో వెటర్నరీ కోర్స్‌లోకి అమ్మాయిలు చాలా అరుదుగా వచ్చేవారు. కానీ, మా బ్యాచ్‌లో అదేంటో గాని, ఇరవై మందికి పైగా జాయిన్ అవడం అప్పట్లో ఒక సంచలనం! దాంతో క్యాంపస్‌లో సెకండ్ ఇయర్ నుండి పీజీ వరకూ సీనియర్స్ అందరూ మా క్లాస్ చుట్టూ మూగేవారు. అలా మెదలైన సంచలనాల పరంపర అప్రతిహతంగా ఫైనల్ ఇయర్ దాకా కొనసాగి, అటు ఐదు సంవత్సరాలు, ఇటు ఐదు సంవత్సరాల వారికి మంచికి, చెడుకు రెండింటికీ ఆదర్శంగా నిలిచింది. సీనియర్స్ అందరిదీ ఒక దారి ఐతే మాది ఒక దారి అన్నట్లు మా క్లాస్‌మేట్స్ సీనియర్స్ ని కానీ... ప్రొఫెసర్స్ ని కానీ పెద్దగా లెఖ్ఖ పెట్టేవాళ్ళం కాదు. ఒక్కోసారి క్లాస్‌లో మేము చేసే అల్లరి శృతి మించేది. ఫలితం ఫస్ట్ ఇయర్ అనాటమీలో కళ్ళు బైర్లు కమ్మేటంత కఠినమైన పేపర్! అలా మా తోకలు కత్తిరించడానికి ప్రొఫెసర్స్ అందరు శాయశక్తులా ప్రయత్నించేవారు. అయినా మా తీరు ఏమాత్రం మారలేదు. మా కారణంగా తమ గ్రేడ్స్ పడిపోతున్నాయని మా బ్యాచ్ లేడీస్ మమ్మలి తిట్టి పోస్తుండేవారు.

మా హాస్టల్‌లో లైఫ్ గురించి చెప్పాలంటే ఒక ప్రపంచాన్ని చుట్టి వచ్చినంత అనుభవం ఆ ఐదు సంవత్సరాల్లో మా అందరి సొంతం! ప్రతి రోజు ప్రొద్దున్నే మా హాస్టల్స్ కి మాత్రమే ప్రత్యేకమైన రేడియో రూమ్ స్పీకర్ల నుండి మధురమైన పాత తెలుగు, హిందీ పాటలతో మాకు మేలుకొలుపు జరిగేది. ఆ రోజుల్లో మా హాస్టల్ రేడియో రూమ్‌లో రికార్డు స్థాయిలో గ్రామోఫోన్ రికార్డు డిస్క్ లు చాలావరకు హిందీ, తెలుగు అన్ని పాత, కొత్త పాటలవి అందుబాటులో ఉండేవి. దానితో బాటు ఏ కొత్త సినిమా రిలీజ్ అయినా ఆ హీరో ఫాన్స్ పాటల డిస్క్ కొని రికార్డు రూమ్ కి డొనేట్ చేసేవాళ్లు. ఆలా చాలా ఏళ్ళ కల్లెక్షన్ ప్రత్యేకమైన రికార్డు రూమ్ లో ఉండేది. ఘంటసాల, బాలు, ముఖేష్, మొహమ్మద్ రఫీల కంఠాలలోని మాధుర్యాన్ని ప్రొద్దున్నే ఆస్వాదించడం ఒక గమ్మత్తయిన అనుభవం. ముఖ్యంగా చలికాలంలో ఆ పాటలు వింటూ ముసుగు తన్ని రూమ్‌లో పడుకుంటే ఒక పట్టాన లేవబుద్ధి కాదంటే నమ్మండి! కాని ఉదయాన్నే క్లాసెస్... అపర దుర్వాసులైన కోర్స్ టీచర్స్... అటెండెన్స్ తేడా వస్తే ఇక కోర్స్ గల్లంతే! కాబట్టి రోజంతా క్లాసెస్ వెంబడి పరుగులే...

ఇక సాయంత్రం ఐతే నీట్‌గా రెడీ అయ్యి అమ్మాయిల వేటకి బయలుదేరే కలరింగ్ బ్యాచ్, జిమ్ బార్ వద్ద బాడీ బిల్డింగ్, గ్రౌండ్‌లో ఆటలు, ఎక్సర్‌సైజ్ బ్యాచ్, రూమ్‌లో చతుర్ముఖ పారాయణం చేసే పేకాట బ్యాచ్, అమ్మాయిల హాస్టల్‌కి స్నాక్స్ పట్టుకెళ్ళే బకెట్ బ్యాచ్, అసలు ఏ పని లేకుండా గాంధీరోడ్ వెంబడి తిరిగి భీమాస్ హోటల్ దగ్గర కాపు కాసే గాలి బ్యాచ్ ... ఇలా ఎవరి పనుల్లో వాళ్ళు బిజీ... బిజీ... మిగిలిన వాళ్ళు హాస్టల్ ఎంట్రన్స్‌లో ఉన్న మెట్ల (వాటికి గాలి మెట్లు అని పేరు) మీద గుంపులుగా చేరి ఆ రోజు కాలేజీలో జరిగిన సంఘటన గురించి, రిలీజ్ ఆయన సినిమా ల గురించి, పిచ్చాపాటి బాతాఖానీలో మునిగి పొయ్యేవాళ్లు... సాయంత్రం

నాలుగు గంటలకు టీ టైమ్‌తో మొదలైన ఆ గాలి మెట్ల సమావేశాలు నిరంతరాయంగా అర్ధరాత్రి వరకూ కొనసాగుతూ ఉండేవి.

ఆదివారం కార్యక్రమాలు మాత్రం కొంత డిఫరెంట్‌గా ఉండేవి... ఉదయం లేట్‌గా లేవడం, హాస్టల్ బయట చిన్న గుడిసెలో కట్టెల పొయ్యి మీద కడప చిట్టెమ్మ వేసే ఎగ్ దోసెలు, కారం దోసెలు... హెవీగా లాగించి గుర్రు పెట్టడం, మధ్యాహ్నం లేచి మెస్‌లో చికెన్ బిర్యానీ లాగించేసి, హడావిడిగా టక్ చేసుకొని... యాక్షన్ (అప్పట్లో ఫేమస్ బ్రాండ్) షూస్ వేసుకొని తయారై చెమటలు కక్కుకొంటూ, మాట్నీకి తయారు...! క్యాంపస్‌లో చాలా మందికి హిందీ రాకపోయినా అమ్మాయిలు ఎక్కువగా చూసే కొత్తగా రిలీజ్ అయిన హిందీ సినిమాలకు ఎక్కువ ప్రాధాన్యం... ఇక టౌన్‌కి వెళ్లాలంటే అందరికీ అందుబాటులో ఉన్న ఏకైక ప్రయాణ సాధనం వి.కె.ఆర్.ఆర్ ప్రైవేట్ టౌన్ బస్సు... ఎప్పుడూ అమ్మాయిలతో కిక్కిరిసి ఉండే ఆ టౌన్ బస్సులో ఆశగా ఎక్కితే, నక్షత్రకుడి లాంటి కండక్టర్ ఎక్కిన క్షణం నుండి... కనీసం చూసే అవకాశం కూడా ఏమాత్రం ఇవ్వకుండా, “పదండి... ముందుకు పదండి ముందుకు...” అని అపర శ్రీశ్రీ లెవెల్లో... ముందుకి నెట్టేసేవాడు. వాడిని ఆ క్షణం నమిలేద్దామన్నంత కోపం వచ్చినా ఏమీ చెయ్యలేని నిస్సహాయతతో, ఉస్సూరుమంటూ ముందు డోర్ నుండి బయట పడే వాళ్ళం..

జనవరి ఫస్ట్ కి, వాలెంటైన్స్ డే కి... ఒక నెల ముందు నుంచి బజారు వీధిలోని ‘శిల్పం’ గ్రీటింగ్ కార్డ్స్ షాప్ కిక్కిరిసిపోయేది. అందులో సగం మంది మా హాస్టల్ కుర్రాళ్లే... సెల్ ఫోన్స్, వాట్సాప్ వంటివి లేని ఆ రోజుల్లో మావాళ్లకు ఫీలింగ్స్ ఎక్స్ ప్రెస్ చేసే ఏకైక సాధనం గ్రీటింగ్ కార్డ్స్! ఎవడి టేస్ట్ కి తగ్గట్లు నోట్‌బుక్ సైజు నుండి, అరచెయ్యి సైజు వరకూ రకరకాల గ్రీటింగ్స్ కార్డ్స్ సెలక్షన్‌లో అందరు బిజీ... బిజీ... కార్డ్స్ డైరెక్ట్ గా వెళ్లి

ఇచ్చేవారు కొందరైతే, ఆ ధైర్యం లేక, నచ్చిన వాళ్లకు సైలెంట్‌గా పోస్ట్ చేసే నాలాంటి వాళ్ళు ఇంకొందరు! న్యూ ఇయర్ వస్తే ఇక హాస్టల్‌లో రాత్రి అంతా జాగారం, ఆటపాటల కోలాహలం...

హాస్టల్‌లో ఆ రోజుల్లో మాకు ఉన్న ఉన్న ఏకైక వినోద సాధనం దూరదర్శన్ టి వి ఛానల్! క్రికెట్‌తో మొదలు.. వారానికి ఒకసారి వచ్చే హిందీ చిత్రహార్, తెలుగు పాటల చిత్రలహరి, తెలుగు సినిమా, ఆదివారం ఉదయం రంగోలి, ప్రతి ప్రోగ్రాం మాకు కన్నులకు ఇంపుగా ఉండేది. ఇక కొందరు ఔత్సాహికులు అప్పుడప్పుడు రిస్క్ తీసుకొని మరీ వేసే ప్రత్యేక చిత్ర ప్రదర్శనల గురించి చెప్పనవసరం లేదు. కాలేజ్ కల్చరల్ అండ్ స్పోర్ట్స్ మీట్ ఐతే కన్నుల పండుగే. అన్నిటా మా బ్యాచ్ టాప్... ఆడిటోరియం ముందు రంగోలి నుండి... స్టేజి మీద నాటకాలు, డాన్స్, మ్యూజిక్, స్పోర్ట్స్, గేమ్స్ ...ఒక్కటేమిటీ!! అన్నింటా మేమే టాప్... మాబ్యాచ్ ఆక్టివిటీస్‌కి ఇంప్రెస్ అయిన సీనియర్స్, జూనియర్స్ మాత్రమే కాకుండా... చివరకు మా పని పడదామనుకున్న మా ప్రొఫెసర్స్‌లో చాలామంది ఫిదా అయి, మా బ్యాచ్‌కి ఫాన్స్ అయిపోయారు!

అన్నింటికన్నా పరీక్షల సీజన్ హైలైట్! సెమిస్టర్ మొదలై కన్నులు తెరిచేలోపు ఇంటర్నల్ ఎగ్జామ్స్ వచ్చిపడేవి. ఇక అందరికీ చలి జ్వరం వచ్చినట్లే, అన్ని గ్రూపుల యాక్టివిటీస్ తాత్కాలికంగా బంద్ అన్నమాటే! పిడి మంత్రం జపించడం మొదలు... ఇందులో మళ్ళీ రకాలు... రూమ్‌లో తలుపు బిగించి పిడి వేసే ఐపీ బ్యాచ్... బయట చెట్లు, పుట్టల వెంబడి తిరిగే ఓపి బాచ్... ఇవి కాక మెస్‌లో తింటూ, వరండాలో నడుస్తూ, కాలేజీ మెయిన్ బిల్డింగ్ పైన, టీవీ రూమ్‌లో, లైబ్రరీలో... ఎక్కడ పడితే అక్కడ.... అందరిదీ ఒక్కటే పిడి మంత్రం! అప్రతిహతంగా పరీక్షలు అయ్యేవరకూ ఆ పిడి యజ్ఞం అలా సాగుతుంటుంది. ఇవన్నీ ఒక ఎత్తైతే ప్రాక్టికల్ ఎగ్జామ్స్

లో భాగమైన 'వైవా' గురించి ఎంత చెప్పినా తక్కువే అవుతుంది. ఆ వైవాలో మేము తెలిసీతెలియక చెప్పే తలతిక్క సమాధానాలు, ప్రదర్శించే హావభావాలు, చిత్ర విచిత్ర విన్యాసాలు... మా ప్రొఫెసర్స్ సహనానికి ఒక పరీక్షలా ఉండేవి.

ఇలా చదువులతో పాటు ఆటపాటలు, వింతలు, వినోదాలు, స్నేహితులతో సరదాలు, సినిమాలు, షికార్లు, టూర్లు... ఇలా చెప్పనలవికాని ఎన్నో సంఘటనల సమాహారం - మా ఐదేళ్ళ హాస్టల్ జీవితం... ఐదు క్షణాల్లా కరిగి మా జ్ఞాపకాల పొరలలో నిక్షిప్తమై, ఇప్పటికీ సజీవంగా ఉండిపోయింది.

ప్రస్తుతం ఇదే కాలేజీ టీచింగ్ ఫాకల్టీ అయిన నేను, ఇటీవల హాస్టల్ వైపుకి వెళ్లినపుడు... ఆ గత జ్ఞాపకాలను నెమరువేసుకుంటూ, ఒకప్పుడు అనునిత్యం ఆట పాటలతో, సందడిగా కనిపించిన ఆ పరిసరాలు... ఇప్పుడు అందరూ ఉన్నా... ఉన్నారో లేరో అన్నట్లు నిర్మానుష్యంగా ఉండటం చూచి... చాలా బాధగా అనిపించింది. ఒకరిని ఒకరు పలరించుకొనేటంత తీరిక కూడా లేకుండా, ఆధునిక సెల్‌ఫోన్ సంస్కృతిలో తలమునకలౌతూ, ఇన్నిరకాలైన మధురానుభూతులకు దూరమౌతున్న నేటి యువతరానికి మా తరం తరఫున ప్రగాఢ సానుభూతి తెలియచేస్తూ నిట్టూర్చాను.

***

సాబ్జీ... ఒక మంచి రూమ్మేట్..!

ప్రతి ఒక్క స్టూడెంట్ లైఫ్‌లో కాలేజీ హాస్టల్‌లో ఉండే అవకాశం రావడం నిజంగా అదృష్టం. అందులో ముఖ్యంగా ప్రొఫెషనల్ కాలేజీ హాస్టల్... కొత్త పరిసరాలు, కొత్త స్నేహితులు,అర్థం అయీకానీ క్లాస్ లెసన్స్, సీనియర్స్ ర్యాగ్గింగ్... అన్నీ కొత్తగా, వింతగా,గమ్మత్తుగా ఉంటాయి. వీటన్నింటికన్నా ప్రత్యేకంగా చెప్పుకోవాల్సింది రూమ్‌మేట్స్ గురించి. అందులో విభిన్నమైన మనస్తత్వాలు, అభిరుచులు,అలవాట్లు ఉన్న వ్యక్తులు రూమ్‌మేట్స్ గా తారసపడినపుడు, ఆ సరదాయే వేరు. అటువంటి ఒక అద్భుతమైన వ్యక్తి వెటర్నరీ కాలేజీ హాస్టల్‌లో నా రూమ్మేట్‌గా రావడం యాదృచ్చికంగా జరిగింది. ఆ వ్యక్తి మా క్లాస్‌మేట్, అందరు ముద్దుగా పిలిచే పేరు, 'సాబ్జీ'. అతడికి ఆ పేరు రావటానికి కారణం హిందీ భాష మీద అతడికి ఉన్నమక్కువ కొద్దీ...సాధ్యమైనంత వరకు తెలిసిన వాళ్ళను, తెలియని వాళ్ళను అందర్నీ 'సాబ్జీ' అని సంబోధిస్తుంటాడు. దాంతో మా హాస్టల్‌లోని ఆకతాయి గుంపు అతడికి ఆ పేరు ఫిక్స్ చేశారన్నమాట. ఆ ఆకతాయి గ్యాంగ్ సభ్యులు చాలామంది మా క్లాస్‌మేట్స్... వారి బారిన పడిన వారు ఎవ్వరైనా సరే హతవిధీ! ఒక వినోద సాధనంగా మారిపోవాల్సిందే...!!

దురదృష్టవశాత్తు మన సాబ్జీ, తనతో పాటు, నేను కూడా ఆ గ్యాంగ్‌కి అడ్డంగా దొరికిపోయాం! అదెలాగో తెలుసుకోవాలంటే, ముందు మన సాబ్జీ గురించి మనము కొంత చెప్పుకోవాలి. సాబ్జీ నిజానికి చాలా మంచి వ్యక్తి... సౌమ్యుడు. కానీ తనకు కొన్ని విషయాల పట్ల కొన్ని నిర్దుష్టమైన అభిప్రాయాలు ఉన్నాయి. అందులో అతి ముఖ్యమైనది డబ్బు...సాబ్జీకి

డబ్బుపట్ల అమితమైన గౌరవం, భక్తి... డబ్బులు అన్నవి భగవంతుడి యొక్క అద్భుతమైన సృష్టి. వాటిని సంపాదించి, దాచుకోవాలి తప్ప ఎట్టి పరిస్థితుల్లో ఖర్చు పెట్టకూడదు అనేది, సాబ్జీ ప్రగాఢ విశ్వాసం.

మొదట్లో సాబ్జీ గురించి ఎవరికీ పెద్దగా తెలియక పోయేది. నా రూమ్మేట్‌గా నాతో తన అభిప్రాయాల్ని పంచుకునేవాడు. నేను మొదట పట్టించుకోలేదు. యధాలాపంగా వినేవాడిని, కానీ అతడి ప్రవర్తన ఒక్కోసారి నన్ను షాక్‌కి గురిచేసేది. అతడు చేసే ప్రతి పనిలోనూ, వాడే ప్రతి వస్తువులోనూ పొదుపు పాటించే వాడు. సాధారణంగా రాయడానికి తెల్ల కాగితాన్ని మనం వాడుతాం, కుదరక పోతే, కనీసం తెల్లని చిత్తు కాగితం వాడతాము. కానీ మన సాబ్జీ ఒకరోజు, వీక్లీ మ్యాగజైన్ లోని ప్రింటెడ్ మేటర్ పక్కన మిగిలిన ఖాళీ ప్రదేశంలో రాస్తూ నాకు కనిపించాడు. నాకు కళ్ళు తిరిగినంత పని అయ్యింది. అలా, బెడ్‌కు బదులు మంచం మీద న్యూస్‌పేపర్స్, తలగడకు బదులుగా టెక్స్ట్ బుక్స్ (అవి లైబ్రరీ నుండి తెచ్చినవి)వాడటం; షాంపూ, టూత్‌పేస్ట్ రూమ్‌మేట్స్‌వి వాడటం వంటి మితిమీరిన పొదుపు లక్షణాలను ప్రదర్శించేవాడు. ఇక సాబ్జీకి అన్నిటికన్నా పెద్ద సమస్య గడ్డం! గడ్డం గీసుకోవడానికి ఆరోజుల్లో డిస్పోసబుల్ రేజర్స్ ఇంకా అందుబాటులోకి రాలేదు, కాబట్టి కావలసింది ఒక చిన్న బ్లేడ్ ముక్క...! దురదృష్టవశాత్తు రూమ్‌మేట్ నైన నాకు షేవ్ చేసుకొనే స్థాయికి గడ్డం పెరగలేదు. కాబట్టి ఆ బ్లేడ్ కోసం మన సాబ్జీ కనిపించిన ప్రతి వారిని, “బ్లేడ్ ఉందా సాబ్జీ? వాడినదైనా ఫర్లేదు...!!” అని అడిగేవాడు. అలా రోజు బ్లేడ్ డోనార్స్ దొరకడం కష్టం కాబట్టి, వారానికి ఒకసారి... ఇంకా కుదరకపోతే నెలకు ఒకసారి మాత్రమే షేవింగ్ చేసుకొనేవాడు! అలా గడ్డం లేకుండా సాబ్జీ చాలా అరుదుగా కనిపించేవాడు.

ఒకరోజు ఆదివారం ఉదయాన్నే లేచిన సాబ్జీ, ఎక్కడికో వెళ్లి సాయంత్రానికల్లా క్లీన్‌షేవ్‌తో రూమ్‌కి తిరిగి వచ్చాడు. అతడి మొహం సంతోషంతో వెలిగిపోతోంది. తాను చెప్పిన విషయం విని మూర్ఛపోకుండా తమాయించు కోవడం నాకు ఏమాత్రం సాధ్యపడలేదు. ఆ రోజు సాబ్జీ తిరుమల కొండకు నడచి వెళ్లి కల్యాణకట్ట లో ఉచితంగా షేవ్ చేసుకొని మళ్ళీ తిరిగి నడిచి వచ్చాడన్న మాట. ఎంత అద్భుతమైన ఐడియా!! పాపం షేవ్ చేసే వ్యక్తికి చిల్లర ఇవ్వనందున గడ్డం మీద అక్కడక్కడ గాట్లు కనిపిస్తున్నాయి. ఇక ఇటు వంటి అద్భుతమైన క్యారెక్టర్ గురించి ఎవరికీ చెప్పకుండా ఎలా ఉండను చెప్పండి...? నేను కూడా మానవమాత్రుడినే కదా!

..

ఇక తట్టుకోలేక ఒకానొక దుర్దినాన మన సాబ్జి గురించి పూర్తిగా నా స్నేహితుడితో చెప్పడం జరిగిపోయింది. ఆ స్నేహితుడు దురదృష్టవశాత్తూ, మా హాస్టల్‌లో ఆకతాయి గ్యాంగ్ గౌరవ సభ్యుడు కావడం యాదృచ్ఛికం! అది మొదలు ఇక మా ఆకతాయి గ్యాంగ్‌కి మంచి సబ్జెక్టు దొరికిపోయింది. సాబ్జీ ముఖ్యపాత్రగా రకరకాల కథలు అల్లి ప్రచారం చేయడం మొదలుపెట్టారు. పైగా అవన్నీ నిజంగా జరిగినట్లు, నేను స్వయంగా చెప్పినట్లు నాకు కూడా తగిన ప్రచారం కల్పించారు. సాబ్జీ స్నానపు సబ్బు అరిగిపోకుండా పోలిథిన్ కవర్ చుట్టి వాడతాడనీ, షూస్ కాలేజీ వెళ్ళేటప్పుడు మాత్రమే తొడుక్కొని, తిరిగి వచ్చేప్పుడు చేతిలో పట్టుకొని వస్తాడనీ... అదేమని అడిగిన వాళ్లకు, “అరిగిపోతాయి సాబ్జీ!” అని చెపుతాడనీ... ఇలా పుంఖాను పుంఖాలుగా సాబ్జీ స్టోరీస్ తో హాస్టల్‌లో సాబ్జీనీ, ‘సాబ్జీ రూమ్మేట్’ నని నన్నూ పాపులర్ చేసేసారు. నా రూమ్‌కి ఏదో ఒక వంకతో సందర్శకుల తాకిడి ఎక్కువయింది. ఇక మెస్‌లో భోజన

సమయంలో టేబుల్‌వద్ద మేము కనుక దొరికితే ఆ ఆకతాయి గ్యాంగ్ చేష్టలకు, సాబ్జీ మీద జోక్స్ కి హద్దు ఉండేది కాదు. అందరు విరగబడి నవ్వుతుంటే... అప్పటికే విషయం కొద్దిగా అర్థమైన సాబ్జీ... నా వంక అనుమానంగా చూస్తూ ఉంటే, ఇక నా పరిస్థితి చాలా దారుణంగా ఉండేది. మనిషి మొహంలో నవ్వు అనే ఫీలింగ్‌ని కంట్రోల్ చేసే కండరాల పేర్లు తెలియవు కానీ... వాటిని నియంత్రిస్తూ మొహంలో ఏ ఫీలింగ్స్ కనపించకుండా ఉండటానికి నేను ఆ క్షణంలో పడే బాధ వర్ణనాతీతం. ఆ ఆకతాయి గ్రూప్ సభ్యుడైన మా మిత్రుడిని కొందరు సీనియర్స్ ఆ రోజుల్లో పోటీలు పడి మరీ సాబ్జీ గురించి చెప్పించుకోవడానికి తమ రూమ్‌లకు తీసుకెళ్లేవారు.

**

ఇలా ఉండగా ఒకసారి కాలేజీ సౌత్ ఇండియా టూర్ ప్రోగ్రామ్ అనౌన్స్ చేశారు. అందరి అంచనాల ప్రకారం సాబ్జీఖచ్చితంగా ఇటువంటి వాటికి దూరంగా ఉండాలి. కానీ దాన్ని తలకిందులు చేస్తూ, సాబ్జీ అందరికన్నా ముందు టూర్‌కి పేరు ఇచ్చాడు. ఇక హాస్టల్ మొత్తం ఒక్కటే ఉత్కంఠ! సాబ్జీ ఫాన్స్ మొత్తం వెంటనే టూర్‌కి రావడానికి రెడీ అయిపోయారు. పదిహేను రోజుల పాటు ఉండే నాన్‌స్టాప్ ఎంటర్టైన్మెంట్ వాళ్ళు వదులు కోదలచుకోలేదు మరి! కానీ వాళ్లందరికీ మొదటి రోజు ప్రయాణంలోనే చుక్కలు చూపించాడు మన సాబ్జీ!! మా ప్రయాణం ఆ రోజుల్లో మీనాక్షి ఎక్స్‌ప్రెస్ అనే బొగ్గు రైలులో మొదలయ్యింది. స్లీపర్ బోగీలో బొగ్గు ఇంజిన్ ధూళిలో మా ప్రయాణం చాలా చికాకు పెడుతోంది. హఠాత్తుగా సాబ్జీ మామధ్య నుండి మాయమై, ఏ.సీ కోచ్‌లోకి వెళ్లి అక్కడి బాత్‌రూమ్‌లో శుభ్రంగా తల స్నానం చేసి వచ్చాడు... అంతే గాక మమ్మల్ని కూడా ఎంకరేజ్ చేసాడు. ఇక వరుసబెట్టి నాతో కలిపి పది మంది ఆ కోచ్ లోకి వెళ్లి

ఎంచక్కా స్నానం చేసి వచ్చేసాము... ఈ తంతు మొత్తాన్ని అక్కడి టి.సి గమనిస్తున్న విషయం సాబ్జీతో సహా మాకు ఎవరికీ తెలీదు! ఆ టి.సి. మాకు ఒక్కొక్కరికీ వంద చొప్పున ఫైన్ వడ్డించాడు. ఇరవై రూపాయలకు లీటర్ పెట్రోల్ వచ్చే ఆ రోజుల్లో వంద రూపాయలంటే, స్టూడెంట్స్ ఐన మాకు చాలా పెద్ద మొత్తం కింద లెఖ్ఖ... మరి సాబ్జీ పరిస్థితి ఏంటి? అందరిలో ఒకటే ఉత్కంఠ! సాబ్జీ మాత్రం ఆటు పోట్లు లేని సముద్రంలా ఎటువంటి ఎక్స్ప్రెషన్స్ లేకుండా గడ్డం సవరించుకుంటూ దీర్ఘాలోచనలో పడ్డాడు.

కానీ సాబ్జీ మనోనిబ్బరాన్ని దెబ్బదీసే పిడుగుపాటు లాంటి సంఘటన మరుసటిరోజు మా ఊటీ మజిలీలో జరిగిపోయింది. ఆ రోజు సాబ్జీ ఒక్కడే షాపింగ్‌కి వెళ్లి, ఒక షో రూమ్‌లో వెయ్యి రూపాయల ఖరీదైన వూల్ స్వెట్టర్ తన టాలెంట్ మొత్తం ఉపయోగించి ఐదు వందలకు బేరమాడి కొని సంతోషంగా వచ్చాడు. కానీ, మా బ్యాచ్‌మేట్స్ అదే స్వెట్టర్‌ను రెండు వందల రూపాయలకు రోడ్ సైడ్ ప్లాట్‌ఫామ్ మీద కొన్న సంగతి తెలిసి సాబ్జీ మొహంలో కత్తి వేటుకు నెత్తురు చుక్క లేదు... తరువాతి రోజు సాబ్జీ మా టూర్‌లో కనిపించలేదు. నాయనమ్మకు హెల్త్ బాగాలేదని చెప్పి, అర్థాంతరంగా టూర్‌నుండి నిష్క్రమించాడు.

..

ఇలా రోజులు గడుస్తుండగా ఆనోటా ఈనోటా పడి సాబ్జీకి మొత్తం విషయం పూర్తిగా అర్థమైంది. దీనితో బాటు కొందరు పని కట్టుకొని మరీ సాబ్జీకి ఈ మొత్తం ఎపిసోడ్స్‌లో నా పాత్ర గురించి పూసగుచ్చినట్లు వివరించేసారు. ఇక నా పరిస్థితి మరింత దుర్భరమై పోయింది. తెలిసో తెలియకో నేను చెప్పిన విషయాలని ఆసరాగా తీసుకొని మా గ్యాంగ్ సభ్యులు మెస్‌లో వేసే ప్రతి జోక్ వెనుక నేను ఉన్నట్లు సాబ్జీకి క్లియర్‌గా అర్థమైపోయింది. సాబ్జీ

పట్ల నాలో ఒక రకమైన అపరాధ భావం ఎక్కువైంది. దీనికి ముగింపు ఎలా పలకాలి అని నేను సతమతమౌతున్న పరిస్థితుల్లో... ఒక రోజు...

..

మా కాలేజీ క్యాంపస్‌లో రెడ్‌క్రాస్ వారు బ్లడ్ డొనేషన్ క్యాంపు ఆర్గనైజ్ చేశారు. క్యాంపులో కొద్దిమంది బ్లడ్ డొనేట్ చెయ్యడానికి ముందుకు వచ్చారు. అందర్నీ ఆశ్చర్యపరుస్తూ ఆ కొద్దిమందిలో సాబ్జీ కూడా ఉన్నాడు. అంతే కాదు, చివర్లో మీటింగ్ సందర్భంగా మాకు తెలిసినది ఏమంటే, మన సాబ్జీ రెడ్‌క్రాస్ సొసైటీలో గౌరవ సభ్యుడు. అప్పటికే పదిసార్లకు పైగా ఎన్నో అత్యవసర పరిస్థితుల్లో బ్లడ్ డొనేట్ చేసి, కొందరి ప్రాణాలు కాపాడాడు! ఆ సందర్భంగా రెడ్‌క్రాస్ సొసైటీ వారు సాబ్జీని ప్రత్యేకంగా అభినందించి సన్మానించారు. ఆ సంఘటనతో అప్పటిదాకా సాబ్జీని అన్ని రకాలుగా ఆట పట్టించిన, మా ఆకతాయి గ్యాంగ్ సభ్యులకు అతడిలోని ఎవ్వరు ఊహించని ఈ కోణాన్ని చూసి నోట మాట రాలేదు. మహోన్నతమైన సాబ్జీ వ్యక్తిత్వం ముందు... బ్లేడ్ డోనార్స్‌ని, బ్లడ్ డోనార్స్‌లా గౌరవిస్తాడని సాబ్జీని ఆటపట్టించిన మాకు...అపరాధ భావంతో పాతాళానికి కుంగిపోతున్న ఫీలింగ్...

వారం తిరిగేసరికల్లా మా గ్యాంగ్‌లో సభ్యులు అందరూ, నాతో సహా మనస్ఫూర్తిగా సాబ్జీకి క్షమాపణలు చెప్పుకున్నాము... సాబ్జీ కూడా చాలా స్పోర్టివ్‌గా తీసుకొని అందరితో చేతులు కలిపాడు. ఆ రోజు నుండి, 'సాబ్జీ' అనే పేరు నిజంగానే ఒక గౌరవ సూచకంగా మారిపోయింది. సాబ్జీ నా రూమ్‌మేట్ అని నేను నేటికీ కూడా గర్వంగా చెప్పుకుంటుంటాను.

***

తుఫాన్ ఎక్స్ ప్రెస్

"ఇంగా ఎంత సోపుటా సామీ?" అప్పటికి ఇరవయ్యోసారి ఆ ప్రశ్న అడిగిన తమిళ శాల్తీ వైపు నిర్లిప్తంగా, నిర్వికారంగా చూసాను. అప్పటికి నేను అన్ని భావాలకు అతీతుడనై పొయ్యాను... "ఐపోయిందయ్యా ఇదో పొయ్యేది దా... రైట్... రైట్..." అని బస్సు చివరి మెట్టు మీద ఒంటి కాలు మీద నించుని డోర్ మీద ఉన్న స్విచ్‌ని నాలుగు సార్లు నొక్కాడు ఆ కండక్టర్ అనబడే వ్యక్తి. బస్సు మెల్లగా ముందుకు కదిలింది. 'హమ్మయ్య!' అనుకుంటే మీరు పప్పులో కాలు వేసినట్లే... అలా మీట నొక్కడం డ్రైవర్‌కి ఒక సిగ్నల్ అన్నమాట. ఇంజిన్ స్టార్ట్చేసి పెట్టిన డ్రైవర్ నెమ్మదిగా కాస్త ముందుకు పోవడం, మళ్ళీ అంతకన్నా నెమ్మదిగా వెనక్కు రావడం... దాదాపు ఒక గంట నుండి అదే తంతు నడుస్తోందక్కడ...!

నేను తిరుపతి వెటర్నరీ కాలేజీలో చదువుతున్న రోజులవి. చిత్తూరులో చదివిన నాకు తిరుపతిలో వెటర్నరీ కాలేజీలో సీట్ రావడంతో ప్రతి వారాంతాల్లో చిత్తూరుకు ప్రయాణం చేయడం నాకు అలవాటు. ప్రతి సారి కాలేజీ గేట్ దగ్గరే ఆర్ టి సి బస్సు ఎక్కి గంటన్నరలో ఇల్లు చేరేవాడిని. ఈ వారం రద్దీ ఎక్కువై బస్సులు కిటకిటలాడుతూ ఆపకుండా వెళ్ళి పోవడంతో తప్పనిసరిగా టౌన్ బస్సు ఎక్కి రైల్వే స్టేషన్ పక్కనే వున్న పాత బస్టాండ్ వద్ద దిగాను. దూరం నుండి, 'తుఫాన్ ఎక్స్ ప్రెస్ నాన్ స్టాప్ ... చిత్తూరు... వేలూరు' అన్న బోర్డు చూసి తుఫాన్ వేగంతో పరిగెత్తి కదులుతున్న బస్సులోకి లంఘించాను. ఎక్కిన మరుక్షణంలో ఆ కండక్టర్ మెరుపు వేగంతో నా చేతిలో టికెట్ పెట్టి డబ్బు తీసుకోవడం జరిగి పోయింది.

ఎక్కిన తరువాత బస్సులో పరిస్థితి చూసి నా మనసు ఏదో కీడు శంకించింది. కానీ అప్పటికే పరిస్థితి చేజారిపోయింది. ముందుకు కదిలిన బస్సు అంతే వేగంతో మళ్ళీ వెనక్కు వచ్చి యథాస్థానంలో నిలబడింది. నాకు విషయం అర్థం కావడానికి ఎంతో సమయం పట్టలేదు. ఇక తీసుకున్న టికెట్ డబ్బులు ఎంత గింజుకున్నా తిరిగిరావని నాకు తెలుసు. ఐనా ఆశ చావక వెంటనే కిందికి దూకి టికెట్ ఇచ్చిన వ్యక్తి కోసం ఆత్రంగా వెతికాను. ఆ వ్యక్తి కనుచూపు మేరలో కనిపించలేదు. కాసేపట్లో కనిపించి, 'ఇంకెంత సేపు?' అని నేను అడిగిన ప్రశ్నకు, "కూర్చో... బా... పోకుండా యీడే ఉంటామా ఏందీ... ఎక్కు..." అని "రైట్... రైట్..." అన్నాడు చిద్విలాసంగా. వాడిని నమిలేద్దామన్నంత కోపం వచ్చింది. నన్ను జాలిగా చూసిన గుండు బృందంలోని తమిళ వ్యక్తి వాళ్ళ గుంపుని ఎలా మోసం చేసి ఖాళీగా ఉన్న బస్సులోకి ఎక్కించారో అరవం బూతులతో కలిపి వివరంగా చెప్పాడు... అంటే అప్పటికి అర్థగంట ముందు నుండి వాళ్ళ నిరీక్షణ మొదలయ్యిందన్నమాట... అంత కోపంలోనూ వాళ్ళ పరిస్థితి చూసి నాకు జాలి అనిపించింది. వాళ్ళందరూ పాపం తమిళనాడులోని వేలూరుకు వెళ్ళవలసిన వాళ్ళు.

సమయం రాత్రి తొమ్మిది కావస్తోంది. తిరుపతి రైల్వే స్టేషన్ ఎదురుగా ఉన్న కోనేటి కట్ట వీధి మలుపులో వీధి అది. పక్కన మున్సిపాలిటీ స్ట్రీట్‌లైట్ గుడ్డిగా వెలుగుతోంది. పక్కనే ఉన్న మురుగు కాలువ నుండి భరించరాని దుర్గంధం. దోమలు చెవుల దగ్గర జుమ్మని నాదం చేస్తూ కసితీరా కుడుతూ స్వైరవిహారం చేస్తున్నాయి. అప్పటికి సగానికి పైగా నిండిన బస్సులో సగం మంది చందన లేపనంతో ఉన్న తిరుమలనుండి దిగిన కొత్త గుండ్లు, నిదర మత్తులో జోగుతున్నారు. తిరుమలస్వామి వారి బ్రహ్మోత్సవాల సీజన్లో అష్టకష్టాలకోర్చి దర్శనం చేసుకుని, ఎంతో ఆతృతతో

తొందరగా స్వస్థలం చేరాలని పరుగు పరుగున వచ్చి కదులుతున్న ఆ బస్సు ఎక్కిన తమిళ వాళ్ళందరూ, నాతో సహా ఇప్పుడు దాదాపు సుషుప్తావస్థలో ఉన్నారు. వేగంగా వెళితే గంటన్నరలో చిత్తూరు, ఇంకో గంటలో వేలూరు చేరుకోవచ్చు. కానీ, అప్పటికి దాదాపు గంట నుండీ ఆ బస్సు అక్కడే ఉంది. అది పూర్తిగా నిండితే గానీ అక్కడ నుండి ఒక్క అంగుళం కూడా ముందుకు కదలదని బస్సులో ఉన్న అందరికీ ఎప్పుడో అర్థమయ్యింది.

కళ్ళముందే సగం ఖాళీగా ఉన్న ఆర్ టి సి బస్సులు ఒక దాని వెంట ఒకటి వెళుతుంటే నిస్సహాయంగా చూస్తూ ఉండి పోవాల్సిన పరిస్థితి. నాతోబాటు బస్సులో ఉన్న వాళ్ళ పరిస్థితి కొంత నయం. వాళ్లకు తెలుగు తెలియదు కాబట్టి వెళుతున్న బస్సుల గురించి వాళ్లకు తెలిసే అవకాశం లేదు.

క్షణం ఒక యుగంలా గడుస్తోంది. దోమల కాట్లు, ఎండాకాలం ఉక్కపోత, పక్కన మురుగు కాలువ దుర్గంధం అన్నీ కలగలసి, చివరికి మా నిరీక్షణ ఫలించింది. బస్సు దాదాపుగా నిండింది. ఇంతలో ఫస్ట్ షో సినిమా వదిలేసారు. బిలబిలమంటూ కాలేజీ స్టూడెంట్స్ ఒకర్నొకరు తోసుకుంటూ ఎక్కేసారు. చివరకు మా కిక్కిరిసి జగన్నాథ రథయాత్ర నేను ఎక్కిన గంటన్నర తర్వాత మొదలయ్యింది. తుఫాన్ ఎక్స్ ప్రెస్ కాస్త టౌన్ బస్సుకి తక్కువ అన్నట్లు భారంగా కదిలింది. టౌన్ క్లబ్, బాలాజీ కాలనీ, యూనివర్సిటీ ఫస్ట్ గేట్, పద్మావతి, రెడ్ బిల్డింగ్స్... వెటర్నరీ, తుమ్మలగుంట, ఏజీ కాలేజీ ... జోలపాటలా స్టాపింగ్స్ పేర్లు... ఆగి ఆగి వెళుతున్న బస్సు కుదుపులకు ఏజీ కాలేజీ స్టాపింగ్ వచ్చేలోపు మగతగా నిద్ర పట్టేసింది. తరువాత ఎన్ని సార్లు ఆగిందో తెలీదు.

పెద్ద కుదుపుతో మెళకువ వచ్చింది. చిత్తూరు గాంధీ రోడ్ సెంటర్‌లో బస్సు నెమ్మదిగా ఆగింది. ఒక్క ఉదుటున బస్సు బయటికి దూకి స్వతంత్ర పోరాటంలో జైలుకి వెళ్లి, తిరిగి స్వగ్రామానికి వచ్చినంత ఆనందం ఆ క్షణంలో. అప్పటికే బస్సు సగానికి పైగా ఖాళీ అయింది. అప్పటికి సెకండ్ షో సినిమా వదలడానికి ఇంకా గంట టైం ఉంది. ఇక ఆ బస్సు మళ్ళీ కదిలేది సెకండ్ షో చూసి వచ్చిన జనం తోనే అని అర్థమయ్యింది. గమ్యం చేర్చే భారం బస్సు వాడి మీద వేసి నిశ్చింతగా నిద్రపోతున్న తమిళ యాత్రికుల వంక జాలిగా ఒక చూపు చూసి, రెండు జేబుల్లో చేతులు పెట్టుకొని ఉసూరుమంటూ ఇంటి వైపు నడక సాగించాను.

“తుఫాన్ ఎక్స్ ప్రెస్ నాన్‌స్టాప్... వెల్లూర్...” కండక్టర్ అరుపులు నడుస్తున్న నాకు చాలా దూరం వరకూ వినిపిస్తూనే ఉన్నాయి.

***

ప్రేరణ

మిట్ట మధ్యాహ్నం... మార్చి నెల ఎండ మండిపోతోంది... రోడ్డు మీద ట్రాఫిక్ రద్దీ విపరీతంగా ఉంది... సిగ్నల్స్ దగ్గర ట్రాఫిక్ పోలీస్ లేకపోవడంతో సిగ్నల్స్‌ని ఏ మాత్రం లెక్క చెయ్యకుండా వాహన దారులు అడ్డ దిడ్డంగా దూసుకు పోతున్నారు. మధ్యమధ్యలో సిగ్నల్స్ వద్ద అడుక్కునే యాచకులు వారిని చికాకు పెడుతున్నారు. ఆ మధ్యలో సుమారు పది సంవత్సరాల అబ్బాయి సైకిల్ మీద రోడ్ దాటడానికి ట్రై చేస్తున్నాడు. హఠాత్తుగా కీచుమని కార్ బ్రేక్ వేసిన శబ్దం! కారు చక్రాల మధ్య సైకిల్. కాలు మీది నుండి కారు చక్రం వెళ్లి పోయింది. రోడ్డు మీద రక్తం... చుట్టూ జనాలు... "అంబులెన్సు పిలవండి!" అని, "108 ని పిలవండి" అని అరచే వాళ్ళే కానీ ఎవ్వరూ ఆ పిల్లవాడికి సహాయం చెయ్యడానికి ముందుకు రావడం లేదు. చుట్టూ చేరిన వారిలో కొందరు ఔత్సాహికులు ఆ దృశ్యాన్ని తమ సెల్‌ఫోన్‌లో చిత్రించడంలో నిమగ్నమైపోయారు. క్షణ క్షణానికి ఆ పిల్లవాడు చావుకు దగ్గర అవుతున్నాడు. ఇంతలో రెడ్ లైట్, సైరన్ ఉన్న కారు అక్కడికి వచ్చి ఆగింది. కానీ... అది అంబులెన్సు కాదు. జిల్లా కలెక్టర్ వాహనం. అత్యవసరమైన మీటింగ్ కోసం అటుగా వెళ్తుంది. కార్ డోర్ తీసుకొని జిల్లా కలెక్టర్ బయటికి వచ్చాడు. అప్పటి దాకా గుమిగూడిన జనం తప్పుకొని దారి ఇచ్చారు. హృదయ విదారకంగా ఉన్న ఆ దృశ్యం చూసి వెంటనే చలించిపోయాడు. ఏమాత్రం ఆలస్యం చేయకుండా తన హోదాను పూర్తిగా మరిచిపోయి ఆ పిల్లవాడిని అమాంతం ఎత్తుకొని... తన కారు వెనుక

సీట్‌లో పడుకోబెట్టి, తల తన ఒడిలో పెట్టుకొని కూర్చొన్నాడు, జనం పూర్తిగా తేరుకోనేలోపు కారు హాస్పిటల్ వైపు పరుగు పెట్టింది.

..

హాస్పిటల్ బెడ్ మీద అలసటగా కళ్ళు మూసుకొని పడుకొని ఉన్నాడు జిల్లా కలెక్టర్ చక్రధర్ ఐఏఎస్. అప్పటికే జిల్లాలో అతడికి చాలా నిజాయితీ గల ఆఫీసర్ అని పేదల పట్ల పెన్నిధి అని పేరు... నలభయ్ ఏళ్ళు పైబడ్డా ఇంకా పెళ్లి కాలేదు. డ్యూటీ తప్ప వేరే ధ్యాస లేదని అందరు చెప్పుకుంటారు. అతడి నరం నుండి రక్తం చుక్కలు, చుక్కలుగా బాటిల్‌లో నిండుతోంది. పిల్లవాడికి వెంటనే ఆపరేషన్ అవసరమైంది. అప్పటికే రక్తం చాలా పోయింది. తన బ్లడ్ గ్రూప్ మ్యాచ్ అవడంతో వెంటనే రక్తం ఇవ్వడానికి సిద్ధమైపోయాడు, మానవత్వం మూర్తీభవించిన ఆ అధికారి. మూసిన అతడి కనుల వెనుక పలుచటి కన్నీటి... జ్ఞాపకాల తడి... ఆలోచనలు అతని గతంలోకి పరుగులు పెడుతున్నాయి.

..

అప్పటికి మొబైల్ ఫోన్స్, వాట్సాప్స్, ఫేస్‌బుక్ వంటివి ఇంకా పుట్టలేదు. అమ్మాయిలు, అబ్బాయిలు కలిసి మాట్లాడుకొంటే జనం వింతగా చూసే రోజులు. అటువంటి కాలంలో పుట్టిన చక్రి అనే చక్రధర్‌కి చిన్నప్పటి నుండి చదువుల మీద కంటే తరగతిలో ఉండే అమ్మాయిల మీద ఎందుకో తెలియని ఆసక్తి. అతడి దృష్టిలో అమ్మాయిలందరూ భగవంతుడు ప్రత్యేక శ్రద్ధతో సృష్టించిన అద్భుతాలు. వాళ్ళని ఆరాధించని వాడి జీవితం వృధా. అలా తరగతిలోనే కాదు, సాయంత్రం ట్యూషన్ దగ్గర, తాను ఉంటున్న వీధిలో, స్నేహితులు ఉంటున్న వీధిలో... ఇలా అతడు సంచరించే ప్రతి చోటా సాధ్యమైనంత వరకు ఏదో ఒక అమ్మాయిని ఆరాధించడం,

అనుసరించడం, కుదిరితే పేరు లేకుండా ఆకాశరామన్న ప్రేమలేఖలు రాసి పోస్ట్ చెయ్యడం వంటివి చేస్తుంటాడు.

వారికి సంబంధించిన పూర్తి వివరాలు పుట్టినరోజుతో సహా సేకరించి, ఆ వివరాలను అక్షరం పొల్లు పోకుండా గుర్తు పెట్టుకొంటాడు... ఈ విషయంలో అతడి జ్ఞాపకశక్తి అమోఘంగా పని చేస్తుంది... కానీ మరేమిటో స్కూల్‌లో అయ్యవారు చెప్పిన పాఠాల మీద ఏమాత్రం ఆసక్తి లేదు... అలా ఆసక్తి లేకుండా చదివిన విషయాలు మాత్రం ఎంతకి గుర్తు ఉండి చావవు ... ఫలితం మన చక్రికి ఎప్పుడు అత్తెసరు మార్కులే...

కానీ క్లాస్‌లో బాగా చదివే అబ్బాయిలు అందరికీ అతడంటే ప్రత్యేక అభిమానం... వాళ్ళెవరికీ లేనంత ప్రాపంచిక జ్ఞానం మన చక్రి కి ఎక్కువ అని వాళ్ళ ఉద్దేశ్యం. అంత చిన్న ఊర్లో బావిలో కప్పలు లాగా వారిలో ఒకడైన చక్రికి అంతటి జ్ఞానం ఎలా వచ్చింది... అనేది మిలియన్ డాలర్ల ప్రశ్న... స్నేహితులందరికీ చక్రి తలలో నాలుకలా మెలిగేవాడు. ఎవరికి ఏ రకమైన సహాయం కావాల్సి వచ్చినా తడుముకోకుండా చేసేవాడు. మొత్తం మీద చదువుల్లో తప్ప మిగతా అన్ని విషయాల్లో ముఖ్యంగా అమ్మాయిల విషయాలలో మన వాడు మిగిలిన వాళ్లందరికీ ఒక మార్గదర్శి అన్నమాట.

ఇక సెలవు రోజుల్లో ఐతే ఒక చిన్న గ్యాంగ్‌లా ఏర్పడి, తాము ఆరాధించే అమ్మాయిల ఇళ్ల చుట్టూ తిరిగి రావడం... అలా చక్రి స్కూల్ డేస్ మొత్తం అలా అమ్మాయిల్ని అనుసరించడంతోనే గడిచిపోయింది. ఇక అప్పుడప్పుడు సాయంత్రం స్కూల్ ఎగ్గొట్టి బావుల్లో ఈతలకు, కొండలు గుట్టలు ఎక్కడానికి వెళ్లడం వంటివి అదనం... కళ్ళు మూసి తెరిచే లోపు టెన్త్ క్లాస్ పబ్లిక్ పరీక్షలు వచ్చేసాయి... అన్ని డ్యూటీలకు తాత్కాలికి విరామం ఇచ్చి కిందా మీద పడి ఈ మాత్రం ఆసక్తి లేకుండా చదివి

యథాప్రకారం అత్తెసరు మార్కులతో పది పాస్ అనిపించి, 'బ్రతుకు జీవుడా!' అని స్కూల్‌నుండి బయటపడ్డాడు.

చక్రికి వచ్చిన మార్కులకు ముందుగానే ఊహించినట్లు అతి కష్టం మీద గవర్మెంట్ జూనియర్ కాలేజీలో ఇంటర్‌లో ఆర్ట్స్ గ్రూప్‌లో సీట్ రిజర్వు చెయ్యబడింది. అక్కడ నుండి అతడి సెకండ్ ఇన్నింగ్స్ మొదలయ్యింది. పిల్లకాలువ నుండి వచ్చి పెద్ద చెరువులో పడ్డట్లు అయ్యింది పరిస్థితి. అదో కళ్ళు చెదిరే రంగుల ప్రపంచం!! సీతాకోక చిలుకల్లా అమ్మాయిలు... ఇక మన వాడి పరిస్థితి చెప్పనక్కర లేదు... తనతో పాటు తనలాంటి ప్రతిభావంతులైన పెద్ద గ్యాంగ్ వాడి చుట్టూ తయారయ్యింది...

అమ్మాయిల విషయంలో మన వాడికి ఉన్న పరిజ్ఞానంతో ఆ గాంగ్‌కి లీడర్ స్థాయికి ఎదిగాడు. ఎప్పుడూ లేనిది ఈసారి అమ్మాయిని సెలెక్ట్ చేసుకోవడానికి మన వాడికి చాలా సమయం పట్టింది. ఆ అమ్మాయి తన క్లాస్‌మేట్. పేరు ప్రతిభ. బాపు బొమ్మలా చక్కటి రూపం... ఆ అమ్మాయిని చూసిన వెంటనే చక్రి గుండెల్లో గంటల సవ్వడి మ్రోగింది... అలవాటు ప్రకారం అనుసరించడం అనే ప్రక్రియ మళ్ళీ మొదలయ్యింది... అతడికి ఇదో కొత్త అనుభవం. మొదట్లో ఆ అమ్మాయి పట్టించుకోన్నట్లు ఉన్నా క్రమమగా ముసిముసిగా నవ్వడం మొదలయింది. చక్రికి గాల్లో తేలిపోతున్న అనుభూతి... ఎదురు పడి మాట్లాడక పోయినా కళ్ళతోనే మాట్లాడుతున్న ఫీలింగ్.

అలా రోజులు గడుస్తున్నాయి. ప్రతి రోజు ఆ అమ్మాయిని అనుసరించడం, తన డొక్కు సైకిల్‌తో రకరకాల విన్యాసాలు చెయ్యడం... దానికి ఆమె నవ్వడం చూసి తాను పరవశించి పోవడం... ఆ అమ్మాయి మనసులో ఏముందో మాత్రం అతడికి అంతు బట్టడం లేదు. అసలు ఏరోజూ ఆ

అమ్మాయికి ఎదురుపడి మాట్లాడిన పాపాన పోలేదు. కనీసం క్లాస్ నోట్స్ అడిగి తీసుకునే ధైర్యం కూడా చెయ్యలేదు. అసలు క్లాస్ నోట్స్‌తో మన వాడికి పని ఉంటే కదా. ఆ అమ్మాయి కోసం క్లాస్‌లకు మాత్రం క్రమం తప్పకుండా వెళ్ళేవాడు.

ఇలా చక్రి ఊహల్లో తేలిపోతూ ఫైనల్ ఇయర్ దాకా వచ్చేసాడు. చివరికి... ఒకానొక రోజు సాయంత్రం ఒంటరిగా వరండాలో నడిచి వస్తున్నాడు చక్రి. చుట్టూ వాడి గ్యాంగ్ సభ్యులు లేరు. క్యాంపస్‌లో జనం పలుచగా ఉన్నారు. హఠాత్తుగా ఎదురుగా ప్రతిభ నవ్వుతూ తనవైపే వస్తున్నది. చక్రి గుండె ఎప్పటిలాగే లయ తప్పి, ఆగి... మళ్ళీ రెట్టించిన వేగంతో కొట్టుకోవడం మొదలు పెట్టింది. చక్రి మెదడులో క్షణ కాలంలో పలు ఆలోచనలు శరవేగంతో పరుగులెడుతున్నాయి. ఆమెతో ఎలా మాట్లాడాలి? ఏం మాట్లాడాలి? ఆలోచనలు పూర్తి కాక ముందే దగ్గరకు వచ్చి, "చక్రధర్! నీతో కొంచెం మాట్లాడవచ్చా?" అని అడిగింది.

అతడు సమాధానం చెప్పేలోపే, "చూడు చక్రీ... నిన్ను చాలా రోజుల నుండి గమనిస్తున్నా... నీ అవస్థలు చూసి నిజంగానే నవ్వుకున్నా... నువ్వు ఏ విధంగా అనుకుంటున్నావో నాకు తెలీదు. అమ్మాయిలు నువ్వు అనుకున్నట్లు అల్లరి చిల్లరగా ప్రవర్తించే అబ్బాయిలని ఇష్టపడరు. నిజం చెప్పాలంటే లాస్ట్ సండే వరకు నీ పేరు కూడా నాకు తెలీదు. కానీ, ఆ రోజు రోడ్డు పక్కన ఆక్సిడెంట్ అయినప్పుడు ఒక్కరు కూడా స్పందించని సమయంలో నువ్వు ఆక్సిడెంట్‌లో గాయపడిన ఆ పిల్లవాడిని నీ భుజం మీద వేసుకొని హాస్పిటల్‌కి తీసుకు వెళ్ళావు. నేను అప్పుడు అక్కడే ఉన్నాను. ఒక బాధ్యతగల పౌరుడిగానే కాకుండా, మానవత్వం ఉన్న మనిషిగా నీ ప్రవర్తనకు నేను చాలా ఇంప్రెస్ అయ్యాను..."

చక్రి గుండె ఒక్క సారిగా లయ తప్పింది. మౌనంగా ఆమె మాటలను వినసాగాడు. “ఆ తరువాత నీ గురించి పూర్తిగా తెలుసుకున్నాను. జీవితంలో ఒక లక్ష్యం లేకుండా, నువ్వు ఇలా అమ్మాయిల చుట్టూ తిరగడం ఏమీ బాగాలేదు చక్రీ!! నీ సామర్థ్యాన్ని నువ్వు గుర్తించి నువ్వు ఉన్నత స్థాయికి చేరితే మా అమ్మాయిలందరూ నీ చుట్టూ తిరుగుతారు. ఇప్పటికైనా మించి పోలేదు. నా మనస్సు ఎందుకో చెపుతోంది. నీకు మంచి భవిష్యత్తు ఉంది చక్రీ... ఈ సమయాన్ని సద్వినియోగం చేసుకో! నీకు చదువులో ఏ సహాయం కావాలన్నా నేను చేస్తాను... ఇక నుండి మనం ఫ్రెండ్స్...” అని చెయ్యి ముందుకు చాచింది.

అలా అతడి జీవితంలో ఒక మహాయజ్ఞానికి ఆ సంఘటన నాంది అయ్యింది. ప్రతిభ మాటల్లో ఏ మహత్తు ఉందో గానీ ... ఇక చక్రి జీవితంలో మరి ఏ అమ్మాయి వెంటా పడలేదు. అంచెలంచెలుగా ఎదిగాడు. అతడి ప్రతి అడుగులో ప్రతిభ ప్రోత్సాహం దొరికింది. ఇక వెనుతిరిగి చూసుకోలేదు. చివరకు దేశంలోనే అత్యున్నత స్థాయి పరీక్షలలో విజయం సాధించడమే లక్ష్యంగా కఠోర శ్రమ చేసి చివరకు విజయం సాధించాడు.

ఆ రోజు సంఘటన ఇంకా సజీవంగా అతడి కళ్ళముందు కదలాడుతోంది. సివిల్స్ పరీక్షల రిజల్ట్స్ చూసి పట్టరాని ఆనందంతో మొదట ప్రతిభకు ఆ విషయ చెప్పాడు. ఆ సంతోషాన్ని తనతో నేరుగా పంచుకోవడానికి గాలి కన్నా వేగంగా ఆమె ఇంటికి బయలుదేరాడు. వీధి మలుపులో గుమిగూడిన జనాన్ని చూసి మనస్సు కీడు శంకించింది. బండి ఆపి జనాన్ని తప్పించుకుంటూ ముందుకెళ్ళి, అక్కడ కనిపించిన దృశ్యం చూసి... కాళ్లకింది భూమి కదిలి క్రుంగిపోయినట్లు... నెత్తిన పిడుగు పడినట్లు స్థాణువై నిలబడిపోయాడు. అక్కడ... నడి రోడ్డు మీద... అతడి జీవితానికి ప్రేరణ... ప్రాణానికి ప్రాణం... తన సర్వస్వం అని అతను అనుకున్న ప్రతిభ

అచేతనంగా రక్తపు మడుగులో పడి ఉంది!! చేతిలో రక్తంతో తడిసిన తాజా పరిమళాల పువ్వుల బొకే!!!

“పాపం... ఎంత చక్కటి అమ్మాయి! ఎంత ఘోరం జరిగిపోయింది!! రోడ్డు పక్కన ఒక చిన్న పాపను బ్రేక్ ఫెయిల్ అయిన లారీకింద పడకుండా తప్పించబోయి, తాను బలైపోయింది. అంతా క్షణాల్లో జరిగిపోయింది!” జనం రకరకాలుగా మాట్లాడుకుంటున్నారు. చక్రికి అవేవీ వినపడటం లేదు. “ఈ విజయం కోసం వేయి కన్నులతో ఎదురు చూసాను చక్రీ... ఈ విజయం పూర్తిగా నాదే!! నా సంతోషాన్ని మాటల్లో చెప్పలేను. ఈరోజు మన జీవితంలో చాలా ముఖ్యమైన రోజు...” పది నిమిషాలముందు ఫోన్‌లో విన్న ఆమె స్వరం... అప్పటినుండీ ఇప్పటిదాకా... అతని చెవిలో మారుమ్రోగుతూనే ఉంది.

“కష్టాల్లో ఉన్నవారిని ఆదుకోవడం, చుట్టూ ఉన్నవారికి ఉన్నంతలో చేతనైన సహాయం చేయడం కన్నా గొప్ప పరమార్థం ఏముంటుంది చక్రీ ఈ జీవితానికి? ఈ ప్రపంచంలో ఏదీ శాశ్వతం కాదు, మనం చేసే మంచి తప్ప!!” అనాథ శరణాలయంలో పిల్లలకు స్వీట్స్ పంచి పెడుతూ ప్రతిభ అన్న మాటలు...

••

చక్రధర్ ఐ.ఏ.ఎస్ గుండెల నిండా నిండిన ఆమె రూపం, అతడి కన్నీటి ధారలలో కరిగి నీరై ప్రవహిస్తోంది. కానీ ఆమె ఆతడి గుండెల్లో నింపిన స్ఫూర్తి మాత్రం నిరంతరం రగులుతూ అతడి లక్ష్యసాధనలో ముందుకెళ్లే ఆత్మస్థైర్యాన్ని నింపుతూ సజీవంగా ఉంది. అతడి జీవితాంతం ఎప్పటికీ అలాగే ఉంటుంది.

***

'ఎల్లి స్కూటీ నాదే!'

హుషారుగా ఈల వేసుకుంటూ తిరుపతి ఎయిర్ బైపాస్ రోడ్డులో ఎరుపు రంగు స్కూటీ మీద జామ్ అని దూసుకెళ్తున్నాడు సుబ్బారావు... సమయం సాయంత్రం ఐదు గంటలు కావస్తుంది. ఎండ ఇంకా పూర్తిగా తగ్గలేదు. రోడ్ మీద ట్రాఫిక్ విపరీతంగా ఉంది. 'ఈరోజు ఎలాగైనా బట్టలు షాపింగ్ పూర్తి చెయ్యాలి.' అప్పటికి ఇరయ్యో సారి మనస్సులో అనుకున్నాడు సుబ్బారావు. అన్నిసార్లు అనుకోవడం ఎందుకు అని మీకు అనుమానం రావచ్చు. దానికో లెక్కుంది. అప్పటికి ఎన్నోసార్లు బట్టలు కొనడానికని బయలుదేరడం ఏదో ఒక అవాంతరంతో ఆ పని వాయిదా పడటం జరుగుతోంది. అందులో ముఖ్యమైనది మన సుబ్బారావుకు చచ్చేంత మతి మరుపు. ప్రస్తుతం వయసు యాభై దాటుతోంది. వయస్సుతో బాటు మతిమరుపు కూడా క్రమంగా పెరుగుతూ మన సుబ్బారావుని, అతనితో బాటు అతని ఇంట్లో వాళ్ళని తికమక పెట్టేస్తోంది.

అతని మతిమరుపు భరించలేక అతని భార్య ఇంటి నుండి బయలుదేరే ప్రతి సారీ అతడు చెయ్యాల్సిన పనులు, తేవాల్సిన వస్తువుల లిస్ట్ రాసి అతడి జేబులో పెట్టడం అలవాటు చేసుకొంది. దానితో బాటు ఆ టైముకి ఫోను చేసి, గుర్తు చెయ్యడం కూడా తప్పనిసరి అయింది. లేకపోతే అతడి జేబులో పెట్టిన చీటీ పెట్టినట్లే తిరిగి వస్తుంది. ఆలా చీటీలు పెట్టడం కూడా ఒక తలనొప్పిగా మారింది. ఆ మధ్య సుబ్బారావు ఆఫీస్‌లోని ఒక అతి ముఖ్యమైన ఫైల్లో వాళ్ళ ఆవిడ పెట్టిన అటువంటి ఒక చీటీని పెట్టేసి వాళ్ళ బాస్ దగ్గర తల వాచేటట్లు చీవాట్లు తిన్నాడు. ఆఫీస్‌లో అందరిలోనూ

'మతిమరుపు సుబ్బారావు' అని బాగా పాపులర్ అయ్యాడు. అతడి దగ్గర డబ్బులు అప్పు తీసుకోవడానికి ఆఫీస్‌లో అటెండర్లు పోటీలు పడేవాళ్ళు. ఎందుకంటే తీసుకుంటే మళ్ళీ తిరిగి అడగటం మర్చి పోతాడు కాబట్టి.

ఇక ప్రస్తుతానికి వస్తే మనవాడు పట్టు వదలని విక్రమారుడిలా ఈరోజు ఎలాగైనా కనీసం నాలుగు జతల రెడీమేడ్ బట్టలు కొనెయ్యాలని డిసైడ్ అయ్యి ఇంటి నుండి బయలుదేరాడన్నమాట. ఆ విషయం మర్చి పోకుండా పదే పదే మననం చేసుకుంటూ వస్తున్నాడు. ట్రాఫిక్ సిగ్నల్స్ దాటి రోడ్ పక్కనున్న ఒక పెద్ద బట్టల షాప్ ముందు తన ఎరుపు రంగు స్కూటీని జాగ్రత్తగా పార్క్ చేసి మరిచిపోకుండా లాక్ చేసి ఒకటికి రెండు సార్లు సరి చూసుకొని నింపాదిగా బట్టల షాప్ మెట్లు ఎక్కబోతూ పక్కకు చూసాడు. డివైడర్‌కి అవతల వైపు ఉన్న పానీపూరీ బండి కనిపించి నోరు ఊరింది. ఆ ఇంకా కావలసినంత టైముంది లెమ్మనుకొంటూ, మెట్లు దిగి డివైడర్ దాటుకొని రోడ్డుకి అవతల వైపు ఉన్న మసాలా పూరీ బండి వైపు నడిచాడు. తాపీగా ఒక మసాలా పూరీ లాగించాడు. పానీపూరీ ఆర్డర్ చేస్తూ బట్టలు కొనాల్సిన సంగతి మళ్ళీ గుర్తు తెచ్చుకున్నాడు.

తినడం పూర్తయింది. బండి పక్కనే పార్క్ చేసి ఉన్న ఎరుపు రంగు స్కూటీ కనిపించింది. తన స్కూటీ బట్టల షాప్ ముందు పార్క్ చేసిన విషయం ఆ క్షణం మనవాడి మెమరీలో నుండి పూర్తిగా డిలీట్ అయిపోయింది. ఏ మాత్రం అనుమానం లేకుండా అచ్చు తన బండిని పోలిఉన్న ఆ ఎరుపు రంగు స్కూటీని తన వద్ద ఉన్న తాళంతో ఓపెన్ చేయడం మొదలు పెట్టాడు. అది ఒక పట్టాన వస్తే కదా. అలుపు ఎరుగకుండా పావుగంట తిప్పాడు... ఫలితం లేదు. అనుమానంతో బండి నెంబర్ చెక్ చేశాడు. సందేహం లేదు తనకు చాలా బాగా గుర్తున్న నంబరు (కానీ మనవాడు అంత గట్టిగా గుర్తు పెట్టుకున్నది తన బ్యాంకు ఏ టి ఎం

పిన్ సెంటర్.... కర్మ కొద్దీ ఆ బండి సెంటర్ అతడి పిన్ నంబరు రెండు ఒక్కటే కావడం కేవలం యాదృచ్ఛికం...). అప్పటికి గంట దాటింది సుబ్బారావు బండి 'కీ' తో కుస్తీ పడుతూనే ఉన్నాడు. ఈ లోపల ఇంటికి ఫోన్ చేసి డూప్లికేట్ కీ తీసుకొని రమ్మని కొడుక్కి పురమాయించాడు. వాడు అది తీసుకొని ఆఘమేఘాలమీద బయలుదేరాడు.

పది నిమిషాలు గ్యాప్ ఇచ్చి, చివరి ప్రయత్నంగా మళ్ళీ తనది కాని స్కూటీ తాళం తియ్యడానికి విఫల ప్రయత్నం చేస్తూనే ఉన్నాడు మన సుబ్బారావు. ఇంతలో భుజం మీద ఒక బలమైన చెయ్యి పడింది. తిరిగి చూసేలోపు ముక్కు మీద ఒక బలమైన గుద్దు పడి కళ్ళు బైర్లు కమ్మాయి. ఎంతసేపటి నుండి గమనిస్తున్నాడో ఒక బలమైన వస్తాదులాంటి ఆ బండి తాలూకు ఓనర్, "రెడ్ హ్యాండెడ్‌గా స్కూటీ దొంగను పట్టుకున్నా" అని పెద్దగా కేకలు పెట్టి వీపు మీద మరో పిడి గుద్దు గుద్దాడు. సుబ్బారావుకి పరిస్థితి పూర్తిగా అర్థం కాక, బిత్తర చూపులు చూడసాగాడు. చుట్టూ జనం మూగారు. "ఇంకా చూస్తారేంటండీ, పోలీస్‌ను పిలవక? ఈ మధ్య చూడటానికి అమాయకంగా ఉండే ఇటువంటి దొంగ వెధవలు ఎక్కువయ్యారు..." గుంపులోనుండి ఎవడో అరిచాడు. పరిస్థితి చేయి జారేలా ఉంది.

ఇంతలో ఇంటి నుండి మారుతాళాలు తీసుకొని బయలు దేరిన సుబ్బారావు కొడుకు బట్టల షాప్ ముందు ఆపి ఉన్న స్కూటీ ముందు ఆగి చుట్టూ చూస్తున్నాడు. రోడ్డుకు అవతలవైపు ఉన్న గుంపును చూసి వాడి మనస్సు ఏదో కీడు శంకించింది. వేగంగా రోడ్డు దాటి గుంపులో చొరబడ్డాడు. గుంపు మధ్యలో బిక్క చచ్చి నించున్న సుబ్బారావుని, ఎరుపు రంగు స్కూటీని చూసి పరిస్థితి పూర్తిగా అర్థం కావడానికి వాడికి ఎంతోసేపు పట్ట లేదు. జరిగిన సంగతి జనానికి వివరించి చెప్పేసరికి తల

ప్రాణం తోకకు వచ్చింది. చుట్టూ చేరిన జనం విషయం అర్థం అయ్యేసరికి చల్లగా ఎవరికీ వారు గుంపు నుండి జారుకున్నారు. ముక్కు పగల కొట్టిన వస్తాదు కనీసం క్షమాపణలు కూడా చెప్పలేదు. అన్నిటికంటే జనం జాలి చూపులు సుబ్బారావుని ఎక్కువ బాధ పెట్టాయి. ఇక అక్కడ ఒక్క క్షణం కూడా నిలబడకుండా సుబ్బారావు బట్టల సంగతి గుర్తుకు వచ్చి షాపు వైపు పరుగు తీసాడు. అప్పటికే టైం తొమ్మిది కావస్తుంది... 'క్లోజింగ్ టైమ్' అన్న బోర్డు సుబ్బారావుని వెక్కిరించింది.. ఇక చేసేదేమీ లేక బట్టలు కొనే ప్రోగ్రాము వాయిదా వేసుకొని, వాచిన ముక్కు తడుముకుంటూ... ఇంటికెళితే వాళ్ళ ఆవిడ పెట్టబోయే చీవాట్లు తలుచుకుంటూ... ఉస్సురంటూ కొడుకుతో బాటు తన ఎర్ర స్కూటీ మీద ఇంటి దారి పట్టాడు పాపం మతిమరుపు సుబ్బారావు!

***

కుక్కల వీధి

కుక్కల వీధి రెండవ క్రాస్‌లో నాల్గవ ఇల్లు గిరిధర్‌ది. పక్కనే చంద్రం గాడి ఇల్లు. ఇద్దరు చిన్న నాటి స్నేహితులు, చెడ్డి దోస్తులు అని చెప్పొచ్చు. మిగతా స్కూల్ మిత్రులు అందరూ చెట్టుకి ఒక్కరు, పుట్టకు ఒక్కరు అన్నట్లుగా ప్రపంచం నలుమూలలా విస్తరించారు. వీళ్ళు మాత్రం ఒకరికి ఒకరం అన్నట్లుగా అలా ఆ ఊరిలో పక్క పక్కనే షేర్ వాల్ ఇల్లు కట్టుకొని సెటిలైపోయారు. కొత్త జనరేషన్ 'వాట్స్ యాప్' పుణ్యమా అని ఇటీవల అందరు ఒకరికి ఒకరు కనెక్ట్ అవుతున్నారు. ఈ మధ్యనే విజయంతంగా రీయూనియన్ ఫంక్షన్ పెద్ద ఎత్తున జరుపుకొని ఒకరి విషయాలు ఒకరు తెలుసుకున్నారు.

ఇక చెప్పుకోవాల్సింది మనవాళ్లు ఉంటున్న కుక్కల వీధి గురించి. ఆ వీధి గురించి ఎంత చెప్పినా తక్కువే అవుతుంది. ఇంతకీ ఆ వీధికి ఆ పేరు ఎలా వచ్చిందా... అనేనా మీ అనుమానం? అక్కడికే వస్తున్నా... అసలు ఆ వీధికి పేరు చూసి కుక్కలు చేరాయా లేక కుక్కల జనాభా చూసి ఆ పేరు పెట్టారా అన్న క్లారిటీ లేదు, కానీ ఆ వీధిలో ఉన్నన్ని కుక్కలు ప్రపంచంలో ఏ వీధిలోనూ ఉండవేమోనని మాత్రం ఘంటాపథంగా చెప్పవచ్చు. అప్పుడెప్పుడో చిన్నప్పుడు ఉదయాన్నే కోడి పుంజు 'కొక్కరకోవ్...' అంటే నిద్ర లేచేవాళ్లు. ఇప్పుడు ఆ వీధి జనం కుక్కల గర్జనలతో నిద్ర లేస్తున్నారు. మెలకువ రావడానికి అసలు అవి నిద్ర పోనిస్తేగా... రాత్రి మొత్తం వాటి సమావేశాలు, వీధి పంచాయతీలు, సరస సల్లాపాలతో మోతెక్కిస్తుంటాయి. పొరపాటున ఎవడైనా అనామకుడు అటుగా వస్తే ఇక

ప్రభంజనమే. రాత్రి పూట ఒంటరిగా వెళ్లాలంటే వీధిలో అందరికి హడల్. వాటితో పిక్కలు పీకించుకొని బొడ్డు చుట్టూ సూదులు పొడిపించుకొన్న అభాగ్యులు చాలా మంది ఉన్నారు. వాటి విన్యాసాలకు ఆకాశమే హద్దు!!

వీధిలోని ప్రతి కాంపౌండ్ గోడని అవి అవలీలగా లంఘించి అందిన కొత్త చెప్పుల జతలో ఒక్క దాన్ని అప్పనంగా కరుచుకొని ఉడాయించేయగలవు. వాటి జాతి కట్టుబడి కాబోలు, కేవలం కొత్త చెప్పుల జతలో ఒక్కటంటే ఒక్క దాన్ని మాత్రమే అవి గ్రహిస్తాయి. సారీ... సంగ్రహిస్తాయి. మిగిలిన దాన్ని వాటి జ్ఞాపకార్థం జాగ్రత్త గా దాచుకోవాలన్నమాట. పొద్దున్నే లేచి, కనిపించని ఆ కొత్త చెప్పు కోసం వెతుకులాడే అభాగ్యులు కోకొల్లలు. అలా వెతగ్గా... వెతగ్గా నమ్మశక్యం కాని రీతిలో చినిగి, పోగులు పడి, శిథిలమైన తమ కొత్త చెప్పును చూసి గుండెలు బాదుకున్న వారెందరో... ఇలా వాటి విన్యాసాలు నిరంతరాయంగా సాగిపోతున్న సమయంలో అనుకోకుండా జరిగిన ఓ సంఘటన వాటికి ప్రమాద ఘంటికలు మ్రోగించింది. ఆ ఘంటికలు మ్రోగించిన యముళ్లు మరెవరో కాదు మన షేర్ వాల్ చెడ్డీ దోస్తులు అయిన గిరి, చంద్రం.

ఒక దుర్దినాన ఆఫీస్‌లో బిజీగా ఉన్న గిరిధర్‌కి వాళ్ళ ఆవిడ నుండి ఏడుస్తూ ఫోన్‌కాల్... "ఏవండీ మన నానిగాడిని వీధి కుక్కలు కరిచేసాయండీ... మీరు వెంటనే రండీ..." అంటూ. ఆఘమేఘాల మీద ఇల్లు చేరిన గిరిధర్‌కి నానిగాడిని చూసి కళ్ళు తిరిగినంత పనయ్యింది. ఎనిమిదేళ్ల లేత సుకుమారమైన వాడి పిక్కలను, తొడను చీల్చి చెండాడేసాయి. ఎర్రటి రక్తం ధారలు కట్టింది, దాదాపు సొమ్మ్మ సిల్లిన స్థితిలో ఉన్న వాడిని భుజానేసుకుని డాక్టర్ వద్దకు పరుగులు తీశాడు, వెనుకనే చంద్రంగాడు బండి తీసే దాకా కూడా ఆగలేదు. డాక్టర్ డ్రెస్సింగ్ చేసి ఒక డోస్ అంటి రేబిస్ టీకా ఇచ్చి ఇక నెల పాటు మళ్ళీ

వేయించవలసి ఉంటుందని జాగ్రత్తలు చెప్పి పంపాడు. తిరిగి వస్తున్న గిరిధర్ కళ్ళముందు కుక్కల గుంపు చుట్టుముట్టి నిస్సహాయ స్థితిలో ఉన్న నానిగాడిని కసి తీరా కరుస్తున దృశ్యాలు పదే పదే కదలాడుతున్నాయ్. 'అలుగుటయే ఎరుంగని అజాత శత్రువని...' పేరొందిన గిరిధర్ కళ్ళు క్రోధంతో ఎరుపెక్కాయి. ప్రతీకార జ్వాలలు ఉవ్వెంగాయి.

అన్నెం పున్నెం ఎరుగని నానిగాడిని ఇంత నిర్దాక్షిణ్యంగా హింసించిన ఆ కుక్కల అంతు చూడనిదే నిద్ర పోకూడదని ఆ రోజే డిసైడ్ అయ్యాడు గిరిధర్. తాను ఏ డెసిషన్ తీసుకున్నా వెన్నంటి నడిచే సహచరుడు చంద్రం అండ అతడికి ఎలాగూ ఉంది. కుక్కల సమస్యను పరిష్కరించడానికి వెంటనే రంగంలోకి దిగి సెలవు పెట్టి మరీ ఇద్దరూ కుక్కల వేటగాళ్ళ కోసం వేట మొదలుపెట్టారు. మున్సిపాలిటీలో ఉన్న స్నేహితుడి ద్వారా చివరకు ఆ వేటగాడి అడ్రస్ సంపాదించి వాడి ఇంటి దగ్గరకు వెళ్ళారు. వాడు వీళ్ళ అవసరాన్ని బాగా క్యాష్ చేసుకోవాలని చాలా స్ట్రాంగ్‌గా డిసైడ్ అయ్యినట్లున్నాడు, పైగా ఊర్లోని వీరి లాంటి బాధితుల సంఘం సభ్యులు అక్కడ చాలామంది ఉన్నారు.

జేబు నుంచి చిన్నపాటి డేట్స్ క్యాలెండరు తీసి కాసేపు పరిశీలించి, 'ప్చ్.. లాభం లేదు. డేట్స్ ఖాళీ లేవు' అని పెదవి విరిచి 'ఒక వారం తర్వాత కనిపించండి సర్ చూద్దాం...' అన్నాడు. తక్షణం వాడి రెక్క పట్టుకొని పక్కకి లాక్కెళ్లి గడ్డం పట్టుకొని బ్రతిమాలటం మొదలెట్టారు గిరి, చంద్రలు. అక్కడ మిగిలిన ఉన్న బాధితుల సంఘం సభ్యులు వీళ్ళ వంక గుర్రుగా చూడడం మొదలెట్టారు. మన వాళ్ళు ఏ మాత్రం పట్టించుకొనే స్థితిలో లేరు. వీరి సంకల్ప దీక్ష అంత బలమైంది మరి! చివరకు సుదీర్ఘ సంప్రదింపుల తరువాత ఒప్పందం కుదిరింది. సాధ్యమైనన్ని కుక్కల్ని పట్టి

తిరిగి రానంత దూరమైన ప్రదేశంలో వాడి స్వంత వాహనంలో వదిలిపెట్టి రావాలని ఒప్పందం. అన్ని ఖర్చులు కలిపి కుక్కకు వంద రూపాయలు, మొత్తం మీద రెండు వేల రూపాయలకు తగ్గకుండా ఒప్పందం కుదిరింది. రెండువేల రూపాయల అడ్వాన్స్ ముట్టిన మీదట మరుసటి రోజు సూర్యోదయానికి ముందే రావడానికి అంగీకరించాడు. లాటరీలో ఫస్ట్ ప్రైజ్ కొట్టినంత ఆనందంతో గుంపు నుండి బయట పడ్డారు మిత్రులిద్దరూ.

తరువాతి రోజు ఆదివారం ఉదయాన్నే లేచి, 'ఎన్నాళ్ళో వేచిన ఉదయం...' అని పాడుకుంటూ గిరి, చంద్రం... వీధి మొదల్లో వాడి వ్యాన్ కోసం వేచి చూడసాగారు. వీళ్ళతో బాటు వీళ్ళు తలపెట్టిన ఈ మహత్కార్యానికి ముగ్ధులైన ఆ వీధిలో కుక్కల భాధితుల సంఘం సభ్యులందరూ వీళ్ళ వెంటే. వాళ్ళందరూ ఇప్పుడు మన వాళ్ళను వాళ్ళ పాలిటి ఆపద్భాంధవుడిలా చూస్తున్నారు. సూర్యోదయానికి ముందే వస్తానన్న కుక్క బండి వాడు మిట్ట మధ్యాహ్నమైనా పత్తా లేకుండా పొయ్యాడు. ఫోన్ స్విచ్ ఆఫ్. చేసేదేమీ లేక ఉస్సురంటూ ఇళ్లకు వెళ్ళిపోయారు అందరూ. వారం రోజులు వేరే పనుల ఒత్తిడిలో తాత్కాలికంగా ఆ సంగతి మరచిపొయ్యారు.

తరువాతి ఆదివారం ఇంకా నిద్ర లేవక ముందే చెవులు చిల్లులు పడేలా కుక్కల ఆర్తనాదాలు జనం అరుపులతో లేచి కళ్ళు నులుముకుంటూ వీధిలోకి వచ్చి చూసాడు గిరిధర్! వీధిలో దృశ్యాలు చూసి, ఒక్క క్షణం కళ్ళు బైర్లు కమ్మి, కాళ్లల్లో వణుకు మొదలయ్యి గుండె ఆగినంత పనయ్యింది మన వాడికి. యమపాశాలలాంటి ఇనుప తీగలు చేతపట్టి యమకింకరుల్లాంటి నలుగురు కుక్కలని తరిమి తరిమి పడుతున్నారు. మన కుక్కల వేటగాడు రంగంలోకి దిగాడని అర్థం కావటానికి ఎంతో సేపు పట్టలేదు. కానీ ఈ ప్రక్రియ ఇంత హృదయ వికారంగా ఉంటుందనేది

అతడు ఊహించని పరిణామం. ఎటు వచ్చి తన పీకలకు చుట్టుకుంటుందో అని తలుచుకోగానే చలి జ్వరం వచ్చినంత పనైంది. ఇటువంటి సందర్భాల్లో తన పాలిట ఆపద్భాందవుడు ఐన చంద్రంగాడి కోసం వేదికాడు. వాడు గుంపులో కలిసి ఆ దృశ్యాలను ఆస్వాదిస్తున్నాడు. సగం జనం వీధిలోనే ఉన్నారు. ఎవరి మొహాల్లోనూ జాలి, బాధ, కనిపించట్లేదు! వీధి కుక్కల ఆగడాలకు అలా విసిగి వేసారిపొయ్యారు మరి!!

ఈ జంతు హింసను ఆపడం తన తక్షణ కర్తవ్యం, లేకపోతే మొత్తం వ్యవహారం తన పీకల మీదికి వచ్చే ప్రమాదం ఎంతైనా ఉంది అనుకొని వణికి పోయాడు గిరిధర్. "సార్!!" అన్న పిలుపుతో ఈ లోకానికి వచ్చాడు. కుక్కల వేటగాడు మొహం చాటంత చేసుకుని పళ్ళు ఇకిలిస్తూ, "యాభై దాటాయి సార్..." అని ఇంటి ముందు ఆపి ఉన్న కుక్కల బండిని చూపించాడు. వాడిని నిలువునా నమిలేద్దామన్నంత కోపాన్ని అణుచుకొని, మింగేసేలా చూసాడు. తక్షణం వాడిని ఆ పనికి పురమాయించింది తనే అన్న సంగతి జ్ఞాపకం వచ్చి గతుక్కుమన్నాడు... "మీరు చెప్పినట్లు చేస్తే ఏమీ ఉపయోగం లేదు సార్, ఎక్కడ వదిలినా అవి తిరిగి వచ్చేస్తున్నాయి... వీటిని చాలా దూరం తీసుకొని వెళ్లి వదలాలి... కాబట్టి పైన ఎంతో కొంత కలిపి ఇవ్వండి సార్..." అన్నాడు. వాడితో బేరాలు ఆడే సమయం లేదు తనకు. ఎక్కడ ప్రెస్ మీడియా వాళ్ళు వచ్చి పడతారో, ఏ జంతు ప్రేమికుల సంఘానికి ఈ విషయం తెలుస్తుందో, ఈ సంకటం నుండి ఎలా బయటపడాలిరా దేవుడా!! అని కుక్కల వేట తక్షణమే ఆపించేసి, వాడు అడిగిన డబ్బులు వాడికి సమర్పించుకొని తల పట్టుకొని కూలబడ్డాడు.

దేవుడి దయవల్ల చంద్రంగాడి సహాయంతో విషయం బయటికి పొక్కకుండా చేసి బ్రతుకు జీవుడా అని బయట పడ్డాడు. ఆ సంఘట తరువాత ఒక నెల

వరకూ ఆ వీధిలో కుక్కల సందడి వినిపించలేదు. వీధి జనాల్లో గొప్ప రిలీఫ్... కానీ ఆ సంతోషం వాళ్లలో ఎంతో కాలం నిలువలేదు. సరిగా ఒక నెల తరువాత ఓ అర్ధరాత్రికల్లా అందరికీ బాగా సుపరిచితమైన కుక్కల గర్జనలు విని ఉలిక్కిపడి లేచాడు గిరిధర్. కుక్కల మంద సకుటుంబ సమేతంగా తిరిగి వచ్చేశాయని అర్థం కావటానికి ఎంతో సేపు పట్టలేదు. కుక్కల బండి వాడు చెప్పిన మాటలు ఇంకా తన చెవుల్లో మారుమ్రోగుతున్నాయి...

ఇప్పటికీ ఎక్కడైనా మాటల సందర్భంలో, "ఈ కుక్కల అకృత్యాలు మళ్ళీ ఎక్కువౌతున్నాయి సర్!! మీరే ఏదో ఒకటి చెయ్యాలి!" అని ఎవరో ఒకరు అనడం, మనవాడు వినీ విననట్లు ఆ ప్రదేశంనుండి చల్లగా జారుకోవడం వంటివి జరుగుతూనే ఉంది. వాళ్ళ అమ్మ మాత్రం ఇంటిలో ఏ చిన్న అనర్థం జరిగినా, "కుక్కలను హింసించిన పాపం ఊరికే పోతుందా?" అని చెప్పడం మానలేదు. వాళ్ళ వీధి పేరు మాత్రం, ఇప్పటికీ కుక్కల వీధే.

(ప్రపంచ జంతు ప్రేమికులకు క్షమాపణలతో...)

***

అంతర్మథనం

జోరున కురుస్తున్న వర్షం లో తడుస్తూ చికాకు, విసుగు, అలసటతో కూడిన పరధ్యానంతో ఇంట్లోకి అడుగు పెట్టాను. గుమ్మంలో అడుగు పెట్టగానే, "మన మనీష్ గాడి అల్లరి రోజు రోజుకు ఎక్కువౌతోందండీ!! నా వల్ల కావటం లేదు..." మా ఆవిడ మాటలు ఇంకా పూర్తి కాలేదు, మెరుపు వేగంతో నా చెయ్యి పైకి లేచి ఎదురుగా ఉన్న వాడి చెంప చెళ్ళు మనిపించింది.

వంటింట్లోనుండి యథాలాపంగా మాట్లాడుతున్న మా ఆవిడ ఆ చప్పుడుకి పరుగున వచ్చి ఏడుపు లంకించుకున్న వాడిని పొదివి పట్టుకొని నా వంక చూసిన ఆ చూపుల్ని భరించలేక, బయట కురుస్తున్న వర్షాన్ని కూడా లెక్క చెయ్యకుండా, వెంటనే చెప్పులు తొడుక్కొని వచ్చిన వాడిని వచ్చినట్లే బయటకు నడిచాను. రోడ్డు మీద గమ్యం లేకుండా నడుస్తున్నాను. వర్షపు నీరుతో నిండిన మునిసిపాలిటీ వాళ్ళు తవ్వి వదిలేసిన గుంతలు, అస్తవ్యస్తమైన ట్రాఫిక్, నా చికాకును మరింత పెంచుతున్నాయి.

అసలు ఏమైంది నాకు? ఎందుకు ఇలా ప్రవర్తిస్తున్నాను?? ప్రతి చిన్న విషయానికి ఎందుకు ఇలా స్పందిస్తున్నాను? ఉదయం ఆఫీస్‌లో జరిగిన సంఘటనలు పదే పదే గుర్తుకు వస్తున్నాయి. ఎందుకు ఇలా అందరు నా మీద కక్ష గట్టి ప్రవర్తిస్తున్నారు అన్న భావన... వీళ్ళు నా మానాన నన్ను ఎందుకు పని చేసుకోనివ్వరు? ముఖ్యంగా ఆ ఆఫీస్ మేనేజర్ నన్ను వేధిస్తూ నాకు మనశ్శాంతి లేకుండా చేస్తున్నాడు. చివరకు నేను తయారు చేసిన ప్రాజెక్ట్ ని నా జూనియర్ చేసాడని అందరికీ చెప్పి, నన్ను ఎందుకు పనికిరాని వాడిగా చిత్రీకరించే ప్రయత్నం చేస్తున్నాడు. ఈ విధమైన

చిత్రవధ భరించలేకపోతున్నాను. ఇంటికి వెళ్లినా ఆఫీస్‌లో జరిగిన సంఘటనలు ప్రతి రోజు నన్ను వెంటాడుతూనే ఉంటాయి. నా స్నేహితుడు మోహన్‌ది కూడా ఆఫీస్‌లో ఇంచుమించు నాలాంటి పరిస్థితే... ఐనా వాడు ఏ మాత్రం తొణకడు... ఎప్పుడు నవ్వుతూ సరదాగా ఉంటాడు. ఏం జరిగినా 'టేక్ ఇట్ ఈజీ బాస్' అని వెళ్లిపోతుంటాడు ... నేను అలా ఎందుకు ఉండలేకపోతున్నాను?

నా సమస్యలను ఇంట్లో నా భార్యతో చెప్పుకుంటే కొంతవరకూ సాంత్వన దొరుకుతుందేమో!! ఎందుకు అలా చేయలేక పోతున్నాను? తనతో మనస్ఫూర్తిగా మాట్లాడి చాలా రోజులైంది. నిజానికి నా భార్య ఈ మధ్య నా మారుతున్న నా ప్రవర్తన చూసి చాలా ఆందోళన పడుతోంది. మా వాడిని ప్రేమగా ఎప్పుడు దగ్గరకు తీసుకున్నానో గుర్తు లేదు. చివరకు వాడి మీద అకారణంగా చేయి చేసుకున్నాను. ఇలా జరగడం ఇది మొదటి సారి కాదు. ఇంతకు ముందు కూడా వాడిని కొట్టిన సందర్భాలు ఎన్నో ఉన్నాయి. కానీ ఈసారి మాత్రం నాలో ఏదో తెలియని అపరాధ భావం. అన్నెం పున్నెం ఎరుగని ఆరేళ్ళ పిల్లవాడిపై... నా కన్న కొడుకుపై... ఎందుకు ఇంత నిర్దయగా, నిర్దాక్షిణంగా, అమానవీయంగా ప్రవర్తిస్తున్నాను? ఇలా వాడిని అలా కొట్టడం ఎంతవరకు సమంజసం? ఆ క్షణం వాడి పసి హృదయంలో నా పట్ల అంతులేని భయం వాడి కళ్ళలో ప్రతిబింబించింది. ఆ భయం రేపు నా పట్ల ద్వేషంగా మారితే? ఓ మై గాడ్, నేను భరించగలనా? నా మానసిక స్థితిని ప్రతిఫలించే నా ప్రవర్తన వల్ల ఇలా నా కుటుంబ జీవితాంతం బాధ పడవలసిందేనా?

ఒక్కసారిగా నాకు నా బాల్యం గుర్తుకు వచ్చింది. చిన్నతనంలో నాన్న ప్రవర్తన వల్ల మేము ఎంత బాధపడ్డామో గుర్తుకు రాసాగింది. నిజానికి నాన్న చాలా మంచివాడు. మాకు ఏ రకమైన లోటు లేకుండా చూసుకునేవాడు. నాన్న పట్ల నాకు అంతులేని ప్రేమ ఉండేది. కానీ నాన్న

ప్రవర్తన ఒక రోజు ఉన్నట్లు మరొక రోజు ఉండేది కాదు. ఇంటికి వచ్చేవరకూ ఆయన మానసిక స్థితి మాకు అంతు పట్టేది కాదు. ప్రేమగా దగ్గరకు తీసుకున్న మరుసటి రోజే కోపంతో విదిలించి కొట్టేవాడు. బహుశా బయట ప్రపంచంలో ఆయన ఎదుర్కొనే సమస్యలు అందుకు కారణం కావచ్చు. కానీ ఆవిధమైన ప్రవర్తన వలన అమ్మ, మేము ఎంతో బాధపడేవాళ్ళము.

అమ్మ భూదేవిలాంటి సహనంతో అన్నీ భరించి, తన ప్రేమను మాకు పంచేది. క్రమంగా నాన్న పట్ల నాకు ఉన్న ప్రేమ కరిగి పోయింది. ఆ స్థానంలో ఆయన పట్ల ఒక రకమైన నిర్లిప్తత భావం ఏర్పడి అది పెరిగి పెద్దదై నా మనస్సులో అలాగే ఉండిపోయింది. మా మధ్య ఏదో తెలియని దూరం... నాకు పెళ్లి అయి ఉద్యోగరీత్యా వేరు ఊరు వచ్చిన తరువాత అది మరింత పెరిగింది. కలిసి మాట్లాడి ఇప్పడికి ఎన్ని రోజులయ్యిందో నాకు సరిగా గుర్తు లేదు. కనీసం ఈ మధ్య ఫోన్ కూడా చెయ్యడం లేదు. నన్ను అందరూ 'అచ్చు నాన్న పోలిక' అంటూ ఉంటే చిన్నప్పుడు గర్వంగా ఫీల్ అయ్యేవాడిని. కానీ ఇప్పుడు అదే నాన్న పోలికలు, ప్రవర్తన ఇప్పుడు నాలో ఆందోళన కలిగిస్తున్నాయి. నేను కూడా మా నాన్న బాటలోనే ప్రయాణిస్తున్నానా? తన చుట్టూ తాను ఒక గిరి గీసుకొని, గుండెల్లో ఉన్న ప్రేమను బయటకు వ్యక్తపరచలేక, దాచుకోలేక సతమతమౌతూ, తన జీవిత చరమాంకంలో ఉన్న నాన్న రూపం నా కళ్ళ ముందు కదలాడింది. 'నన్ను అర్థం చేసుకో బాబూ!' అంటూ అర్థిస్తున్న భావన. నిజంగానే ఆయనను నేను సరిగా అర్థం చేసుకోలేక పోయానా? నన్ను నేను అర్థం చేసుకుంటున్న ఈ క్షణం నాన్న నాకు అర్థమైన భావన! ఇన్నేళ్లు నా మనస్సు పొరలలో దాగిన నాన్న ప్రేమ ఒక్క సారిగా బయటకు వచ్చిన ఫీలింగ్. అద్దంలో నా ప్రతిరూపంలా నాన్న! కాదు... కాదు... నాన్న ప్రతిరూపంలా నేను!

మా నాన్నకు మానసికంగా నేను దూరమైనట్లు నా కొడుకు రేపు నాకు దూరమైతే? ఆ ఊహే భరించలేనట్లుగా ఉంది. గట్టిగా తల విదిలించాను.

మా నాన్న చేసిన తప్పు నేను కూడా చేస్తున్నానా? నా కొడుకు మదిలో నా పట్ల ద్వేషాగ్నిని నాకు తెలీకుండా నే రగులుస్తున్నానా? నా చితి నేనే పేర్చుకుంటున్న భావన. వెనుక నుండి బిగ్గరగా హార్న్ మోత విని ఉలిక్కిపడి ఈ లోకంలోకి వచ్చాను. పక్కనుండి వేగంగా వెళ్లిన లారీ రోడ్ మీద గుంతలో నిలిచిన బురద నీళ్లతో నా బట్టలని పూర్తిగా తడిపేసింది. లారీ డ్రైవర్ గట్టిగా ఏదో అంటున్నాడు. టైం రాత్రి పది గంటలు కావస్తోంది, వర్షం జోరు తగ్గింది. రోడ్ మీద ట్రాఫిక్ పూర్తిగా తగ్గిపోయింది. ఆలోచనలో పడి చాలా దూరం నడిచినట్లున్నాను. నా మనస్సు ఇప్పుడు తెరిపి పడింది. నా అంతరాత్మ ప్రబోధ నాకు దిశానిర్దేశం చేసింది.

వేగంగా ఇంటి వైపు అడుగులు వేసాను. ఇంటిలో నిశ్శబ్దం, ఇద్దరూ పడుకున్నట్లున్నారు. తడిసిన బట్టలు మార్చుకొని నెమ్మదిగా బెడ్రూమ్‌లో తల్లి పక్కన ఒత్తిగిలి పడుకొని నిద్ర పోతున్న మనీష్ దగ్గరకు వెళ్ళాను. చాలా సేపు ఏడ్చినట్లున్నాడు. చారలు కట్టిన కన్నీళ్లు వాడి చెంపల మీద పడిన నా చేతి గుర్తులను తడుపుతున్నాయి. "వద్దు నాన్నా... వద్దు... ఇక మీదట చెయ్యను! ఈసారికి వదిలెయ్యండి..." నిద్రలో కలవరిస్తున్నాడు. నా గుండెల్ని ఎవరో చెయ్యి పెట్టి పిండుతన్న భావన. గట్టిగా వాడిని గుండెలకు హత్తుకున్నా. "లేదు నాన్నా! ఇంకెప్పుడు నిన్ను కొట్టను, నన్ను క్షమించు!" అలికిడికి నిద్ర లేచిన నా భార్య కళ్ళలో ఆశ్చర్యం, ఆనందంతో కూడిన మెరుపు. "రేపు సెలవు పెడుతున్నాను. మనం నాన్నను చూడటానికి వెళుతున్నాం" అన్న నా మాటలకు తనకు ఏదో అర్థమైందన్న భావనతో వెంటనే తల ఊపింది. విషయం చెప్పడానికి ఫోన్ చేతిలోకి తీసుకున్నా. అవతల వేపు నాన్న ఫోన్ రింగ్ అవుతోంది.

***

సస్యశ్యామలం

విమానం మేఘాల మధ్య దూసుకొని వెళుతోంది. బిజినెస్ క్లాస్‌లో నా పక్క సీట్‌లో నా భార్య గీత, మా అబ్బాయి నవీన్ ప్రశాంతంగా నిద్రపోతున్నారు. నాకు ఎంత ప్రయత్నించినా నిద్ర రావటం లేదు. మనసులో ఏదో తెలియని అలజడి, నన్ను ప్రశాంతంగా ఉండనీయటం లేదు. దానికి కారణం నాకు మా నాన్నకు ఒక సంవత్సరం నుండి జరుగుతున్న గొడవలు. నేను నా కుటుంబంతో సహా మా నాన్నతో పోట్లాడి అమెరికాలో ఉన్న ఉద్యోగాన్ని, నాన్న సంపాదించి ఆస్తులను వదులుకొని భారతదేశంలోని మా స్వస్థలానికి ప్రయాణమై వెళుతున్నా. బహుశామళ్ళీ అమెరికాకి తిరిగి రాక పోవచ్చు. దానికి ఒక బలమైన కారణం ఉంది.

..

ఇరవై సంవత్సరాల నాటి జ్ఞాపకం అది. ఇప్పటికీ నా స్మృతిపథంలో అను నిత్యం కదలాడుతూ, ఎన్నో నిద్ర లేని రాత్రులు గడిపాను. తాతయ్యే ఒక్కగానొక్క కొడుకు నాన్న. ఉన్నత చదువుల కోసం అమెరికా వెళ్లి అక్కడే స్థిరపడిపోయారు. నేను అక్కడే పుట్టాను. తాతయ్యే, నానమ్మ మా స్వంత ఊరిలోనే ఉండి పోయారు. నానమ్మ మరణవార్త విని, ఉన్నపళంగా నాన్న, నేను అమ్మ అమెరికా నుండి బయలుదేరి వచ్చేసాము. జరగవలసిన కార్యక్రమాలు అన్నీ ముగించుకొని అమెరికాకు తిరిగి బయలుదేరే రోజు.

నానమ్మ చనిపోయి అప్పటికి రెండు వారాలయ్యింది. తాతయ్యని మాతో పాటు రమ్మని పిలిచే ప్రయత్నం ఏమాత్రం చెయ్యలేదు నాన్న. దాని వల్ల ప్రయోజనం లేదని, తాతయ్య అమెరికాకి ఎట్టి పరిస్థితిలోను రాడని నాన్నకు బాగా తెలుసు. నిజానికి తాతయ్య ఆ రోజుల్లోనే పెద్ద చదువులు చదివి ఎన్నో మంచి ఉన్నత స్థాయి ఉద్యోగాలను వదులుకొని తనకు ఇష్టమైన వ్యవసాయాన్ని నమ్ముకొని సొంత ఊళ్ళో స్థిరపడ్డాడు. అప్పటినుండి సేంద్రియ వ్యవసాయంలో ఎన్నో ప్రయోగాలు చేస్తూ ఆ చుట్టుపక్కల గ్రామాల్లో ఆదర్శ రైతు అని ఎన్నో పురస్కారాలు అందుకున్నారు. ఐదు ఎకరాల పొలాన్ని తన స్వశక్తితో పాతిక ఎకరాలు చేశారు. కానీ తాను ఏ రోజు నాన్నను తనలాగ వ్యయసాయం చెయ్యమని బలవంత పెట్టలేదు. తనకు ఇష్టమైన ఉన్నత చదువులు చదివించాడు. చివరకు అమెరికాలో స్థిరపడతానన్నా అభ్యంతర పెట్టలేదు.

నేను చిన్నప్పటి నుండి ఇండియాకి వచ్చిన ప్రతి సారి తాతయ్య వెంటడే పొలానికి వెళ్లి, ఆయన పొలంలో చేసే ప్రతి పనీ ఆసక్తితో గమనించే వాడిని. ఎందుకో తెలీదు, నాకు అమెరికా వాతావరణం కంటే మా ఊరిలోని పచ్చని పొలాలు, పాడి ఆవులు, అచ్చ తెలుగు గ్రామీణ వాతావరణం ఎంతగానో నచ్చేవి. సెలవుల్లో ఎప్పుడెప్పుడు ఇండియాకి వెళదామా అని ఎదురు చూస్తూ ఉండేవాడిని. తాతయ్య కూడా నా రాక కోసం ఎంతో ఆత్రంగా ఎదురు చూసేవాడు. నన్ను తన మనవడిలా కాక, ఒక స్నేహితుడిలా భావించి, నాతో మెలిగే వాడు. ఇద్దరం చెట్టపట్టాలేసుకొని పొలాల వెంట, గోదావరి ఒడ్డున తిరిగేవాళ్ళం. తాతయ్య నాకు ఆ పల్లెలో నేర్పని విద్య అంటూ లేదు. పొలంలో మడక దున్నడంతో మొదలు, ఎడ్ల బండి నడపడం, చెట్లెక్కడం, గోదావరిలో చేపలతో పోటీ పడి ఒడ్డు వెంబడి ఈదడం, ఆవుపాలు పితకడం - ఇలా ఉదయం లేచింది మొదలు

పడుకునేవరకూ ఎన్నో... అలా ప్రతీ రోజూ లేచింది మొదలు చీకటిపడే వరకూ తిరిగి, మాసి మట్టి కొట్టుకుపోయిన బట్టలతో తిరిగి వచ్చిన నన్ను చూసి అమ్మ, “ఇలా మట్టిలో పడి దొర్లుతుంటే ఇన్ఫెక్షన్ వస్తే ఎలారా?” అని తాతయ్యను ఏమీ అనలేక, నన్ను చీవాట్లు పెట్టేది. తాతయ్య నవ్వుతూ, “ఉండనీయమ్మా... ఆ మట్టి విలువ వాళ్ళ నాన్నకు తెలీదు, వీడిని అయినా తెలుసుకోనీలే...” అని తేలికగా కొట్టి పారేసేవాడు.

ఇక వెన్నెల రాత్రుల్లో తన పక్కన పడుకోబెట్టుకొని, తాతయ్య చెప్పే రామాయణం, మహాభారత కథలు, మధ్య మధ్యలో పిట్టకథలు... నేను ఉండే ఆ నెల రోజులు క్షణాల్లా గడిచిపొయ్యేవి. అక్కడ గడిపిన ప్రతి క్షణం నాకు ఒక మధురమైన అనుభూతిని మిగిల్చేది. ముఖ్యంగా తాతయ్య చెప్పే కబుర్లు... నేను అడిగే ప్రతి సందేహానికీ తాతయ్య ఓపికగా సమాధానం చెప్పేవాడు. “నాలాగా నువ్వు కూడా వ్యవసాయం చేస్తావా?” అని ఒకసారి సరదాగా అడిగినప్పుడు,“ఓ... చేస్తాను తాతయ్యా. నీకంటే బాగా చేస్తా...” అని చెపుతుంటే విని ఎంతో మురిసిపోయేవాడు, తాతయ్య. “అసలు నువ్వు ఎందుకు ఇలా మాతో రాకుండా ఈ పల్లెటూర్లో వ్యవసాయం చేస్తున్నావు తాతయ్యా?” అని ఒక రోజు నేను అడిగిన ప్రశ్నకు, “వ్యవసాయం ఈ రోజుల్లో జూదంలా తయారయ్యిందిరా. కానీ, ఇంకా దీన్ని ఒక జీవనాధారంలా కాకుండా మన సంస్కృతిలో భాగంగా మన రైతులు మనస్ఫూర్తిగా చెమటోడ్చి, ఎన్నో కష్టనష్టాలకోర్చి పండిస్తున్నారు. ఈ రోజు మనం తినే తిండి, తాగే పాలు, పీల్చే ఈ స్వచ్ఛమైన గాలి... ఆ భగవంతుని ప్రతిరూపాలైన రైతుల శ్రమ ఫలితం. అటువంటి వ్యసాయంలో ఆధునిక పోకడలు లేక, శ్రమకు తగిన ఫలితం లేక, తగిన ప్రోత్సాహం లేక... ఇపుడు అవసాన దశలో ఉంది. విద్యావంతులైన మనలాంటి వాళ్ళు ఈ వ్యసాయంలో ఉన్న మహత్తును

గుర్తించి, ఈ పుడమి తల్లిని సస్యశ్యామలం చేయకపోతే రాబోయే తరాల్లో వ్యవసాయం పూర్తిగా అంతరించి పోతుంది. 'సుజలాం... సుఫలాం... మలయజ శీతలాం... సస్యశామలాం... మా తరం..." అని నేలతల్లి కడుపు పండించే మా తరం రైతు కనుమరుగై పోతే, తరువాతి మీ తరాల పరిస్థితి ఏమిటి? ఇప్పటికే మారుతున్న జన జీవన శైలి వలన కాలుష్యంతో ఈ ప్రకృతి, పుడమి తల్లి తల్లడిల్లుతోంది..." అని తాతయ్య ఆ రోజు చెప్పిన మాటలు నా మనోఫలకం మీద శాశ్వతంగా ముద్ర పడిపోయాయి. ఎప్పటికైనా మహోన్నతమైన తాతయ్య ఆశయాన్ని ముందుకి నడిపించాలని గట్టిగా నిర్ణయించుకున్నాను.

నాకున్న ఈ ఆశక్తిని గ్రహించి, తాతయ్య నాన్న ఒప్పుకోడని తెలిసీ చివరకు ఆశ చావక, నాన్నను వెళ్లేముందు ఆ రోజు నా విషయం కదిలించాడు. ఆ మాటతో నాన్నకు ఆవేశం కట్టలు తెచ్చుకుంది... "నీకేమన్నా పిచ్చి పట్టిందా నాన్నా? నా కొడుకును నీతో బాటు ఉంచుకొని చదివించి వ్యసాయం చేయిస్తావా? ఇన్ని చదువులు చదివి ఈ పల్లెటూర్లో మడక దున్నుకోవాలా? ఆ రోజుల్లో మీరు మీ పెద్దవాళ్ళు ఎంత చెప్పినా వినకుండా, డిగ్రీ చదివి కూడా ఈ పల్లెటూర్లో చేసిన నిర్వాకం చాలు. మీలాగా ఈ నేలను... ఆకాశంలో మబ్బులను నమ్ముకొని వాడు కూడా బ్రతకాలా? వాడికి మంచి భవిష్యత్తు ఉంది... వాడిని నాకన్నా ఎంతో ఉన్నత స్థానంలో చూడాలనుకుంటున్నాము. ఇంకెప్పుడూ ఈ విషయం గురించి మాట్లాడకండి. మీకు ఇష్టమైతే ఈ పొలాలన్నీ అమ్మేసి మాతో వచ్చి ఉండండి, కాదంటే ఇక్కడే పడి ఉండండి. అంతేగానీ, ఇటువంటి పనికి మాలిన ప్రస్తావన ఇంకెప్పుడు నా ముందు తేకండి..." వాడి బాణాల్లాంటి నాన్న మాటలు తాతయ్య మనసును ఛిద్రం చేసాయి. మారు

మాట్లాడకుండా మౌనంగా మాకు వీడ్కోలు చెప్పడానికి మమ్మల్ని అనుసరించాడు తాతయ్య.

..

చెన్నైలో ఫ్లైట్ ఎక్కడానికి మా ఊరి పక్కన రైల్వే స్టేషన్‌కి బయలుదేరాం. అందరం ఎవరి ఆలోచనల్లో వాళ్ళు నడుస్తున్నాం. ప్లాట్‌ఫార్మ్ మీదికి రైలు రావడానికి ఇంకా అర్థగంట సమయముంది. తాతయ్యను అలా వదిలి వెళ్లడం నాకు ఏ మాత్రం ఇష్టం లేదు. కానీ, తాతయ్య దృఢనిశ్చయాన్ని మార్చడం ఎవరి తరమూ కాదు. ప్లాట్‌ఫార్మ్ మీద పరధ్యానంగా తాతయ్య చెయ్యి పట్టుకొని నడుస్తున్న నాకు ప్లాట్‌ఫార్మ్ అంచు వద్ద పడిపోబోతున్న చిన్న కుక్కపిల్ల కనిపించింది. ఉన్నపళంగా దానిని పట్టుకోవడానికి తాతయ్య చెయ్యి విడిపించుకొని ప్లాట్‌ఫార్మ్ చివరికి పరుగెత్తడం, అక్కడ తడి నేలమీద కాలు జారి, పట్టాలమీద వెల్లకిలా పడిపోవడం అంతా క్షణాల్లో జరిగి పోయింది. ఎవరికీ ఏమి జరిగిందో అర్థమయ్యేలోపు వేగంగా కూత పెడుతూ గూడ్స్ రైలు పట్టాల మీదికి వచ్చేస్తోంది!! ఇంతలో... ఒక మెరుపు వేగంతో, ఒక ప్రభంజనంలా తాతయ్య నా వైపు దూకాడు. ఏమి జరిగిందో తెలిసేలోపు తాతయ్య బలమైన చేయి నన్ను అమాంతం పట్టి ప్లాట్‌ఫార్మ్ మీదికి విసిరేసింది. ఎప్పుడు స్పృహ తప్పిందో తెలీదు.

..

కనులు తెరిచేసరికి హాస్పిటల్ బెడ్ మీద ఉన్నాను. “తాతయ్య ఏడీ?” కనులు తెరిచిన వెంటనే నేను అడిగిన మొదటి ప్రశ్న. బత్తాయి రసం పిండుతూ పక్కనే ఉన్న అమ్మ మౌనమే సమాధానమయ్యింది. నా మనసు ఏదో కీడు శంకించింది. రెట్టించిన నా ప్రశ్నకు లోపలికి వచ్చిన నాన్న దగ్గర కూడా సమాధానం లేదు. నన్ను రైలు కింద పడకుండా తప్పించిన తాతయ్య రైలు చక్రాలకు బలిపోయ్యాడన్న చేదు నిజాన్ని

జీర్ణించుకోలేక పోతున్నా... కళ్ళు బైర్లు కమ్ముతున్న భావన! నామీద నాకే చెప్పరాని కోపం, ఉక్రోషంతో కూడిన నిస్సహాయత.

తాతయ్య చావుకు నేను కారణం అయ్యానన్న అపరాధ భావం నుండి నేను ఎలా బయట పడగలను? నాకు అత్యంత ఆప్తుడైన తాతయ్యను నా మూర్ఖత్వంతో బలి చేసాను. తాతయ్య మాటలు, ఆయన జీవితాశయం, ముఖ్యంగా తాతయ్య నా మదిలో నాటిన బీజం నేడు మహావృక్షమై నా కర్తవ్యాన్ని నాకు బోధించింది. ఆ ఆశయంతోనే అమెరికాలో ఏ.జి. బిఎస్సీ పూర్తి చేసిన నేను ఇక వెనక్కి తిరిగి చూడదలచుకోలేదు. ఒక రోజు నాన్నతో నిర్మొహమాటంగా నా అభిప్రాయాన్ని... జన్మస్థలమైన భారతదేశంలో స్థిరపడి తాతయ్య ఆశయాన్ని ముందుకు నడిపించాలన్న నా నిర్ణయాన్ని చెప్పేసాను. అప్పటికే గీత నా జీవిత భాగస్వామి అయ్యింది. నా ఆశయానికి తన వైపు నుండి పూర్తి సహకారాన్ని అందించడానికి మనస్ఫూర్తి గా అంగీకరించింది. నాన్న ఇక నా మాటకు ఎదురు చెప్పలేకపోయాడు. దృఢమైన నా నిర్ణయం, స్థిరత్వం... ఆయనను మాట్లాడనివ్వలేదు. చివరకు నా నిర్ణయానికి ఎదురుచెప్పలేక మౌనంగా ఉండిపోయాడు.

..

విమానం ల్యాండ్ అవుతున్నట్లు పైలెట్ అనౌన్స్మెంట్ విని నా ఆలోచన ప్రవాహం నుండి బయట పడ్డాను.. తూర్పున ఉదయిస్తున్న సూరీడి లేత కిరణాల కాంతిలో మెరుస్తున్న రన్‌వే... నా మాతృభూమి నాకు స్వాగతం పలుకుతున్నట్లు అనిపించి లేచి కర్తవ్యోన్ముఖుడనై భార్య, పిల్లలతో ముందుకి నడిచాను.

విశాఖ సంస్కృతి మార్చి 2024 సంచికలో ప్రచురితమైన కథ.

***

మార్గదర్శి

"నాన్నా మహేష్! కాలేజీకి టైమవుతోంది, త్వరగా లేచి స్నానం చేసి రెడీ అవ్వు..." బెడ్ మీద ముసుగు తన్ని పడుకున్న మహేష్ బద్ధకంగా కనులు తెరిచి, "వస్తున్నానమ్మా..." అని అరిచి పక్కనే ఉన్న సెల్‌ఫోన్ చేతిలోకి తీసుకున్నాడు.

కవిత, కృష్ణమూర్తిల ముద్దుల కొడుకు మహేష్. నేటి సగటు తరం యువత లాగే, అతడు రాత్రి పగలు అని లేకుండా మొబైల్ ప్రపంచంలో నిత్యం మునిగి తేలుతుంటాడు. ప్రస్తుతం బి.టెక్ సెకండ్ ఇయర్. ఇంటర్మీడియట్‌లో మంచి మార్క్స్‌తో పాస్ అయ్యి ఐఐటీలో సీట్ సంపాదించాడు... అక్కడి వరకూ బాగానే ఉంది. ఐఐటీలో సీట్ సంపాదించాడన్న ఆనందంతో వద్దన్నా వినకుండా వాళ్ళ నాన్న వాడికి లేటెస్ట్ మోడల్ సెల్‌ఫోన్ గిఫ్ట్‌గా కొని పెట్టాడు. అప్పటినుండి మనవాడు పూర్తిగా గతి తప్పి పోయాడు. సెల్‌ఫోనే ప్రపంచంగా మారి పోయింది. కాలేజీలో సంగతి ఏమో గాని ఇంటికి వచ్చిన వెంటనే సెల్ చేతిలోకి తీసుకుంటే ఇక ప్రపంచంతో పని లేనట్లే. భవిష్యత్తులో ఏదో సాధించాలన్న తపన, లక్ష్యం లేకుండా గాలికి ఎగిరే గాలిపటంలా తయారయ్యింది అతడి పరిస్థితి. ఎప్పుడు తింటాడో, ఎప్పుడు నిద్ర పోతాడో... ఆ దేవుడికే ఎరుక. వాడిని ఆ సెల్‌ఫోన్ మాయలోనుండి ఎలా బయట పడేయాలో తెలియక తల పట్టుకుంటున్నారు కవిత, కృష్ణ మూర్తి.

ఒక రోజు మహేష్‌కి ఫేస్‌బుక్‌లో ఒక ఫ్రెండ్షిప్ రిక్వెస్ట్ వచ్చింది. కుతూహలం కొద్దీ ప్రొఫైల్ ఫోటో చెక్ చేసాడు. అందమైన అమ్మాయి ఫోటో వైజాగ్ నేటివ్ అని ఉంది. వెంటనే రిక్వెస్ట్ యాక్సెప్ట్ చేసాడు. అప్పటి నుండి మొదలయింది

ఆ అమ్మాయితో స్నేహం. ఆ అమ్మాయి అందరి అమ్మాయిలలా కాదు అని అతి కొద్దిరోజుల స్నేహంతోనే అర్థమైంది మహేష్ కి. చాలా పరిణతితో హుందాగా వ్యవహరించేది. ప్రతి రోజు గుడ్‌మార్నింగ్‌తో మొదలు. గుడ్‌నైట్ చెప్పేవరకు మధ్యలో చాలా మంచి విషయాలు చెప్పేది. మంచి సందేశాత్మకమైన మెసేజెస్ పంపేది. ముఖ్యంగా తల్లి ని గురించి, పిల్లల భవిష్యత్తు గురించి తల్లులు కనే కలల గురించి, ఆ కలలు సాకారమైతే ఆ తల్లులు పొందే ఆనందం గురించి ఎన్నో విషయాలు చెప్పేది. అదేంటో కానీ ఆ అమ్మాయి ఏమి చెప్పిన వెంటనే చేసేయాలని అనిపించ సాగింది, మహేష్‌కి. అమ్మాయి ఎవరో కనుక్కోందామని ఎంత ప్రయత్నించినా మహేష్‌కి వీలుపడేది కాదు.

ఆ రోజు ఆత్రంగా ఫేస్‌బుక్‌లో లేటెస్ట్ మెసేజ్‌లు చెక్ చేసాడు. 'హాయ్ లేచావా? గుడ్‌మార్నింగ్' - మెసేజ్ చదవంగానే నరాల్లో కొత్త ఉత్తేజం పరుగులెత్తడం మొదలయ్యింది మహేష్ కి. వెంటనే రిప్లై మెసేజ్ పెట్టి... అమ్మ అరుపు మళ్ళీ వినిపించేసరికి 'క్యాచ్ యూ లేటర్...' అని సెల్ వదలలేక వదిలి లేచి బాత్‌రూమ్‌లో దూరాడు. గబగబా స్నానం ముగించి వచ్చేసరికి సెల్‌ఫోన్‌లో మెసేజ్ 'బెస్ట్ అఫ్ లక్ ఫర్ టుడే ఎగ్జామ్' అని. రాత్రి ఆ అమ్మాయి పెట్టిన కండిషన్ ఈ ఇంటర్నల్‌లో క్లాస్ ఫస్ట్ రావాలి అని. నిజానికి మనసు పెట్టి పాఠాలు చదివి చాలా కాలం అయ్యింది మహేష్‌కి. కానీ తప్పదు ఆ అమ్మాయి కోసం ఎంతో ఏకాగ్రతతో తెల్లవారుఝాము వరకు చదివి, ఒక చిన్న కునుకు తీసి ఇప్పుడు గబాగబా రెడీ అవుతున్నాడు. "ఎగ్జామ్ బాగా వ్రాయి నాన్నా!" అని అరుస్తున్నా వినిపించుకోకుండా హడావిడిగా... బట్టలు మార్చుకొని, టిఫిన్ కూడా తినకుండా, "టైం ఐపోయిందమ్మా" అంటూ పరుగు తీసాడు.

ఎగ్జామ్ రిజల్ట్స్ వచ్చాయి. ఆశ్చర్యం మహేష్ అనుకున్నట్లుగానే క్లాస్ ఫస్ట్ మార్క్స్ తెచ్చుకున్నాడు. "ఇప్పుడేమంటావు?" అని గర్వంగా మెసేజ్ చేసాడు. "నీవు ఫస్ట్ వస్తావని నాకు ముందే తెలుసు మహేష్! నువ్వే ఆ విషయం ఇన్ని రోజులు తెలుసుకోకుండా నీ టైమ్ వేస్ట్ చేసావు!! ఇక నీకు తిరుగు లేదు. వెనక్కు తిరిగి చూడవద్దు..." అని రిప్లై వచ్చింది. "మరి ఎప్పుడు కలుద్దాము?" అని అడిగాడు మహేష్. "త్వరలోనే" అని మెసేజ్ వచ్చింది.

రోజులు గడుస్తున్నాయి మహేష్‌కి, ఫేస్‌బుక్ అమ్మాయికి స్నేహం పెరుగుతోంది. దానితో పాటు మహేష్ చదువుల్లో దూసుకుపోతున్నాడు. ప్రతి ఎగ్జామ్ లోనూ ఫస్ట్ మార్క్స్. ఈ మధ్య తన కొడుకులో వస్తున్న మార్పులను నిశితంగా పరిశీలిస్తోంది కవిత. "మన వాడిలో ఈ మధ్య వస్తున్న మార్పును గమనించారా?" అని తన భర్త ని అడిగింది ఒక రోజు. "అవునోయ్, నేనూ గమనించాను ఏమిటి సంగతి?" అని అడిగాడు. "ఏమో... కానీ మొత్తానికి దారిలో పడ్డాడు!" అని తృప్తిగా నిట్టూర్చింది కవిత. ఈలోగా ఆ అమ్మాయిని కలవాలన్న ఉత్సుకత మహేష్‌లో రోజు రోజుకు పెరుగుతోంది. ఆ అమ్మాయి మాత్రం అతని ఊరిస్తూ క్రమం తప్పకుండా దిశానిర్దేశం చేస్తూ వస్తోంది. చివరకు ఆ అమ్మాయిని కలిసే రోజు రానే వచ్చింది.

ఆ రోజు ఆదివారం. ఉదయాన్నే లేచి తల స్నానం చేసి, మంచి బట్టలు వేసుకొని, హుషారుగా బైక్ తీసుకొని బయలుదేరాడు మహేష్. "ఎక్కడిరా ఇంత హడావిడిగా వెళుతున్నావు?" అన్న కవిత ప్రశ్నకు, "వచ్చి చెపుతానమ్మా... సర్‌ప్రైజ్" అని బయలుదేరాడు.

ఆ అమ్మాయి కలవమని చెప్పిన మెట్రో స్టేషన్‌లో బైక్ పార్క్ చేసి, హుషారుగా ఈల వేసుకుంటూ... జేబులోని ఆ అమ్మాయి కోసం కొన్న

డైరీ మిల్క్ చాకొలేట్ తడుముకుని చూసుకొని స్టేషన్‌లో అడుగు పెట్టాడు. రైల్వే స్టేషన్ వచ్చే పొయ్యే జనాలతో రద్దీగా ఉంది. నెమ్మదిగా జనాన్ని తప్పించుకుంటూ ఆ అమ్మాయి చెప్పిన గుర్తులు వెతుక్కుంటూ ముందుకు నడుస్తున్నాడు. ఆ అమ్మాయిని గుర్తు పట్టడానికి వాళ్లు పెట్టుకున్నది ఎరుపు రంగు డ్రెస్ కోడ్. ఆ రంగు డ్రెస్‌లోని అందమైన అమ్మాయి కోసం అతని కళ్ళు ఆత్రంగా వెతుకుతున్నాయి. ఇన్నాళ్లుగా తనను మరిపించి, మురిపించి... తన జీవితాన్ని, ఇక లక్ష్యాన్ని దిశానిర్దేశం చేసిన దేవత కోసం ఆత్రంగా వెదుకుతూ వెళుతున్నాడు. క్షణాలు యుగాల్లా గడుస్తునట్లు ఉంది మహేష్‌కి.

ఆ అమ్మాయి ఎంతకీ కనిపించటం లేదు. నిరాశగా అక్కడే ఉన్న బెంచి మీది కూర్చుని అలసటగా కన్నులు మూసుకున్నాడు హఠాత్తుగా మెత్తని చేతులు వెనుక నుండి వచ్చి అతని కన్నులను కప్పేశాయి. చాలా సుపరిచితమైన, ఆత్మీయమైన స్పర్శ. మనస్సులో ఏదో సంశయం... చేతులను తప్పించి, తల తిప్పి చూసాడు. అమ్మ... ఇన్నాళ్లు తనతో దోబూచులాడిన తన స్వప్న సుందరి. తన మార్గదర్శి ఎవరో కాదు, అమ్మ. విషయం పూర్తిగా అర్థం అవడానికి ఎంతో సేపు పట్టలేదు, మహేష్‌కి. అతడి మొహం సిగ్గుతో కూడిన రోషంతో ఎర్ర బడింది. ఒక్క క్షణం పాటు అమ్మ తనని మోసం చేసిందన్న భావన. “కోపం వచ్చిందా?” నవ్వుతూ పక్కన కూర్చుంది అమ్మ.

“నాకు నిన్ను సరైన దారిలో పెట్టడానికి ఇంత కన్నా వేరే దారి తోచలేదు మహేష్! ఎంతో మంచి భవిష్యత్తు ఉన్న తెలివైన నువ్వు అలా కంటి ముందే పాడైపోతుంటే చేస్తూ ఊరుకోలేకపొయ్యాను. ముళ్ల మార్గంలో వెళుతున్న నీ కాలిలోని ముళ్ళని, ముల్లు తోనే తీయాలని ఈ నిర్ణయానికి వచ్చాను. ఈ వయస్సులో మీ యువత ఆలోచనలు ఎలా ఉంటాయో,

వాటిని ప్రభావితం చేసే బలమైన శక్తి దేనికి ఉంటుందో ఊహించి, నీ భవిష్యత్తు కోసం... ఒక తల్లిగా రిస్క్ తీసుకొని మరీ ఈ ప్రయోగం చేసాను. నాకు కావలసిన మార్పుని నీలో చూడగలిగాను. ఇది పూర్తిగా నా కొడుకు బాగుపడాలన్న నా స్వార్థం అనుకో, మరేదయినా అనుకో... నిన్ను ఈ విధంగా మోసం చేసిన నన్ను క్షమిస్తావా?" కనుల చివర నీటి బిందువులతో ఆర్తిగా మహేష్ చేతులు పట్టుకుంది కవిత.

అమ్మ ఒడిలో అలాగే పడుకొని, మొత్తం వింటున్నాడు మహేష్. "క్షమించవలసింది నేను కాదమ్మా... నువ్వు! కళ్ళముందే దారి తప్పి తిరుగుతున్న కన్న పిల్లలని చూసి, వారి భవిష్యత్తు చూసి తల్లి తండ్రులు ఎంత బాధ అనుభవిస్తారో, సెల్‌ఫోన్ అంతర్జాలం మాయలో పడి, కొట్టుమిట్టాడుతున్న మా యువతకు ఈ వయసులో అర్థం కావటం లేదు. నువ్వు సరైన సమయంలో నీకు తోచిన మార్గంలో నా కళ్ళు తెరిపించి నన్ను దారిలో పెట్టావు. అది నీ స్వార్థం ఎలా అవుతుంది? నో రిగ్రెట్స్... ఇదిగో, ఈ డైరీ మిల్క్ చాకొలేట్ ఫర్ మై స్వీట్ మమ్మీ!" ఇద్దరూ నవ్వుకుంటూ ఇంటి దారి పట్టారు.

వారం తరువాత మహేష్ ఫేస్‌బుక్ అకౌంట్‌కి మరో ఫ్రెండ్షిప్ రిక్వెస్ట్ వచ్చింది. ఈసారి నిజంగానే అది ఒక అమ్మాయి నుంచే. కానీ మహేష్ ఇపుడు అటువంటి వాటిని పట్టించుకునే స్థాయిని దాటిపోయాడు. ఒక లక్ష్యం వైపు దూసుకుని వెళుతున్నాడు.

***

ప్రళయరాత్రి

అర్ధరాత్రి కావస్తోంది. చిమ్మ చీకటి, దట్టమైన అడవి! నల్లత్రాచులా మెలికలు తిరిగిన తారు రోడ్డు. సన్నగా తుంపర్లు పడుతున్నాయి. క్రమంగా పెద్ద వర్షంగా మారేట్లుగా ఉంది వాతావరణం. తూరుపు దిక్కు నుండి గాలి బలంగా వీస్తోంది. కారు వేగంగా పరుగెడుతోంది. నల్లని ఆకాశం ఉండి ఉండి ఉరుముతూ, కళ్ళు మిరుమిట్లు గొల్పేట్లు మెరుస్తూ చీకటిని తరిమికొడుతూంది. ఏకాగ్రతతో మునిపంటిని బిగబట్టి డ్రైవ్ చేస్తున్న ప్రణవ్ నుదుటినుండి, కారులోని ఏసీ చలిలోకూడా కారిపోతున్న చెమటధార అతడి మానసిక పరిస్థితిని తెలియజేస్తోంది. "ఇంకా ఎంత దూరం అండీ?" భయం భయంగా రెట్టించిన మానస ప్రశ్నతో ఉలిక్కిపడి ఈ లోకంలోకి వచ్చాడు ప్రణవ్.

'అర్ధరాత్రిలోగా ఈ దయ్యాల దిబ్బ దాటేస్తే వచ్చే వారం ఆ ఏడుకొండల వాడికి మొక్కు చెల్లించుకుంటాను' అని పదే పదే మనస్సు లో ప్రార్థిస్తూ, నిద్రలో జోగుతున్న ఎనిమిదేళ్ల వరుణ్‌ని భయంతో గట్టిగా హత్తుకుంటోంది మానస. ఆమె భయానికి కారణం లేకపోలేదు.

ఆరు నెలల క్రితం ప్రణవ్ బిజినెస్‌లో వచ్చిన లాభాలతో సిటీకి వంద మైళ్ళ దూరం లోని ఒక ఫార్మ్ హౌస్ కొన్నాడు. పది ఎకరాల మామిడితోట, మధ్యలో పురాతనమైన తాతల కాలం నాటి బంగాళా... మానసకు కూడా ఎంతో బాగా నచ్చింది. పైగా చాలా చవక కూడా. వెంటనే మరొక్క ఆలోచన లేకుండా కొనేశారు. ఈ మధ్యనే కొంత డబ్బు ఖర్చు పెట్టి, ఫార్మ్ హౌస్‌ని మోడరన్ గెస్ట్ హౌస్ కింద మార్చేశారు. హౌస్, గార్డెన్ రెండు చూసుకోవడానికి ఒక వాచ్‌మెన్‌ని కూడా ఏర్పాటు చేశారు. అంతా బాగానే

ఉన్నది కానీ మొదటి సారి ఆ ఫార్మ్ హౌస్‌లో వీకెండ్ సెలబ్రేట్ చేసుకోవడానికి వచ్చిన ఆ దంపతులకి ఒక షాకింగ్ నిజం తెలిసింది. అదేమిటంటే ఆ ఫార్మ్ హౌస్‌లో చాలా అంతు చిక్కని హత్యలు, ఆత్మహత్యలు జరిగాయని జనంలో పుకార్లు ప్రచారంలో ఉన్నవి. పైగా ఆ ఫార్మ్ హౌస్‌కి వెళ్లాలంటే దయ్యాల దిబ్బ అని చుట్టుపక్కల పల్లె ప్రజలు పిలుచుకునే తాతల కాలం నాటి పాడు పడిన స్మశానం దాటి వెళ్ళాలి. రాత్రి పది దాటితే ఆ మార్గంలో ఎవ్వరు వెళ్ళరు, వెళ్లినా తిరిగి రారని వాళ్ళ నమ్మకం. కేవలం పగలు మాత్రం అదికూడా చాలా అరుదుగా జనసంచారం ఉండే ప్రాంతం. అందుకే ఆ బంగాళా అంత చవక అమ్మకానికి పెట్టేసాడు, దాని మునుపటి యజమాని.

ప్రణవ్‌కి ఇటువంటి వాటి మీద పెద్దగా నమ్మకం లేదు. గుళ్లకు కూడా మానస బలవంతం మీద తప్ప వెళ్ళడు. మానసకు మాత్రం దేవుళ్లంటే అమిత భక్తి. దెయ్యాలంటే అమిత భయం. ఇక ఈ విషయం తెలిసినప్పటి నుండి ఆమె ఆందోళన వర్ణనాతీతం. ఆ ఇల్లు కొనడం వలన ఎటు వంటి అరిష్టం తమ కుటుంబాన్ని పట్టి పీడిస్తుందో అని ఆమెకి కంటి మీద కునుకు పట్టడం లేదు.

చివరకు చాలా మంది జ్యోతిష్యులను సంప్రతించి దోష పరిహారార్థం ఆ ఫార్మ్ హౌస్‌లో మహా చండీయాగాన్ని జరిపించడానికి ప్రణవ్‌ని అతి కష్టం మీద ఒప్పించింది. రెండు రోజుల ముందు నుండి ఏర్పాట్లు జరిపించింది. అన్ని సిద్ధం చేసుకొని ఈ రోజు ఉదయం యాగం మొదలు పెట్టారు. దంపతులు ఇద్దరు పీటల మీద కూర్చోబోయే ముందు హడావిడిగా ప్రణవ్ మేనేజర్ అద్దె కారు పెట్టుకొని మరీ ఊడిపడ్డాడు. ఆ రోజు మధ్యాహ్నంలోగా ఒక ముఖ్యమైన డాకుమెంట్ రిజిస్టర్ చెయ్యాల్సిన విషయం ఆ రోజు

ఉదయమే తెలిసిందని, ఎట్టి పరిస్థితిలోనూ ప్రణవ్ ఆ రోజు సిటీకి రావలసిందేనని కుండ బద్దలు కొట్టినట్లు చెప్పేసాడు.

ఉన్నపళంగా బయల్దేరిన ప్రణవ్‌ని ఆపే ధైర్యం చెయ్యలేక పొయ్యింది మానస. దోష పరిహారం కోసం చేపట్టిన అంత పెద్ద హోమం ఆపవలసి రావటం ఆమె మనస్సు ఏదో కీడుశంకిస్తున్నా... ఆపే ధైర్యం లేకుండా కిమ్మనకుండా ఉండిపోయింది. "నువ్వు టెన్షన్ పడవద్దు మానసా! నేను పని ముగించుకొని ఏదో విధంగా వచ్చేస్తాను. హోమం ఈ రోజే పూర్తి చేస్తాం. నువ్వు, వరుణ్, ఇక్కడే ఉండండి. నేను వచ్చిన వెంటనే పూజ మొదలు పెట్టేస్తాం" అని సమాధానం కోసం కూడా ఆగకుండా టాక్సీ ఎక్కి మేనేజర్‌తో పాటు హడావుడిగా వెళ్ళిపోయాడు ప్రణవ్.

అలా వెళ్లిన వాడు ఒంటరిగా తిరిగి వచ్చేసరికి చీకటి పడింది. ఆ పరిసరాల గురించి ముందే విని ఉండటం వలన పూజారి, అతని బృందం ఆ సమయం వరకు ఉండటానికి ఏ మాత్రం అంగీకరించకుండా ప్రణవ్ వచ్చేలోపే అందరు వెళ్లిపోయారు. పూర్తిగా అలసి పోయి నీరసంగా వచ్చాడు ప్రణవ్. మానస ఇక ఏమాత్రం ఆలస్యం చెయ్యకుండా తిరుగు ప్రయాణానికి సిద్ధమైపోయింది. అప్పటికి సమయం ఎనిమిది కావస్తున్నది. ప్రయాణానికి వాతావరణం ఏమాత్రం అనుకూలంగా లేదు. పైగా దయ్యాల దిబ్బ దాటాలి. ఎలాగైనా తనవాళ్ళని ఈ రాత్రికి సిటీకి చేర్చాలి. సీరియస్‌గా ఆలోచిస్తున్నాడు ప్రణవ్. అలా బయలుదేరిన యాత్ర ఇంకా కొనసాగుతోంది.

**

"దయ్యాల దిబ్బ దాటేసామా?" ఉన్నట్లుండి అడిగిన ప్రశ్నకు ఉలిక్కి పడ్డాడు ప్రణవ్. "ఎందుకు దయ్యాల గురించి అలా కలవరిస్తున్నావు? అంత ఇష్టమా, దయ్యాలంటే? వున్నట్లుండి నేనే దయ్యమైపోతే ఏం చేస్తావు?" సీరియస్‌గా ప్రశ్నించాడు ప్రణవ్. "ఇష్టమా, వల్లకాడా? మీరు ఆ

అపశకునం మాటలు ఆపండి!" విసుక్కుంది మానస. మౌనంగా ఏదో సీరియస్‌గా ఆలోచిస్తూ ఉండిపోయాడు ప్రణవ్. "ఇప్పుడు అమ్మ దయ్యాల టాపిక్ తెచ్చింది కాబట్టి, టైమ్ పాస్‌కి ఒక మంచి దయ్యాల కథ చెప్పు నాన్నా!" ఎపుడు లేచాడో నిటారుగా కూర్చుని అడిగాడు వరుణ్. "నువ్వు ఊరుకోరా... ఇప్పటికే భయపడి ఛస్తున్నా!" విసుక్కుంది మానస.

ఇటువంటి సందర్భం వచ్చినపుడల్లా వరుణ్‌తో కలసి మానసను ఏడిపించడం ప్రణవ్‌కి మామూలే. ఇప్పుడు ఎందుకో అతడి మానసిక పరిస్థితి బాగాలేదు. చెప్పాల్సిందే అని బలవతం చేసాడు వరుణ్. తప్పదన్నట్లు చెప్పసాగాడు ప్రణవ్. "ఇది కథ కాదు, జరిగిన సంఘటనే... మా తాతగారి స్వంత అనుభవం... అప్పటికి ఆయనకు పాతికేళ్ళు. వాళ్ళ ఊర్లో ఒకప్పుడు కొరివి దయ్యాల గురించి కథలు కథలుగా చెప్పుకొనేవారు, కానీ ఎవ్వరు చూసినవారు లేరు. మా తాతయ్య వాటిని నమ్మేవాడు కాదు. ఎవరేమి చెప్పినా తేలికగా కొట్టి పడేసేవాడు. ఒకరోజు రాత్రి సమయంలో పక్క ఊరిలో పని ముగించుకొని బస్సు దిగాడు తాతయ్య. జోరుగా వర్షం పడుతోంది. పక్కనే స్మశానం, పెద్ద మర్రిచెట్టు! దాని కింద చిన్న టీ కొట్టు నడిపే వయసు మళ్ళిన రంగయ్య. కొట్టు కట్టేసే పనిలో ఉన్నాడు. అసలే ఊర్లో దెయ్యాల భయం.

బస్సు దిగిన తాతయ్య టీ కావాలని అడిగాడు రంగయ్యను. "కొట్టు కట్టేస్తున్నానయ్యా... కొద్దిగా చల్లారిన టీ ఉంది. కుంపటి కూడా ఆర్పేసాను" అని చల్లారిని టీ పాత్ర వంక చూపాడు. తాతయ్య సమాధానం చెప్పలోపు అప్పటి దాకా మర్రిచెట్టు కింద నించున్న ఒక వ్యక్తి వేగంగా వారి దగ్గరకు వచ్చి చనువుగా, "అయ్యో... టీ చల్లారి పోయిందా? వేడి చేసి ఇస్తాను, ఇలా ఇవ్వు రంగయ్యా!" అని టీ పాత్రను తీసుకొని ఒక క్షణం నెత్తి మీద పెట్టుకొని తీసి, వేడితో పొగలు కక్కుతున్న టీ పాత్రను రంగయ్య ముందుకు చాచి, "ఈ

మాత్రం వేడి సరిపోతుందా రంగయ్యా?" అని ప్రశ్నించాడు. హఠాత్తుగా జరిగిన ఈ సంఘటనతో టీ కొట్టు రంగయ్య మొదలు నరికిన చెట్టులా కూలిపోయాడు. షాక్ నుండి తేరుకున్న తాతయ్య పడుతూ, లేస్తూ కాలికి బుద్ధి చెప్పాడు. ఎలా ఇంటికి చేరాడో ఆయనకు గుర్తు లేదు. చలి జ్వరం నుండి కోలుకోవడానికి ఒక వారం రోజులు పట్టింది. రంగయ్య మాత్రం పడినవాడు మళ్ళీ లేవలేదు. అప్పుడు మొలకు కట్టుకొన్న తాయెత్తు మా తాతయ్య చనిపోయే వరకు అలాగే ఉంచుకున్నాడు" అని కథను ముగించాడు ప్రణవ్. 'మరి నువ్వు ఎప్పుడైనా తాయెత్తు కట్టుకున్నావా నాన్నా?" అడిగాడు వరుణ్. "లేదురా... నాకు ఆ అవసరం రాలేదు, ఇక ముందు రాదు కూడా!" చిన్నగా గొణిగాడు ప్రణవ్. "ఎందుకలా అంటారు? జరుగుతున్న పరిణామాల్ని చూస్తుంటే ఆ తాయెత్తు ఏదో ముందు మీకు కట్టించాలనిపిస్తోంది. ఈరోజు అన్ని సక్రమంగా జరిగి ఉంటే మీకు కట్టించేసే దాన్నే" స్వగతంలా అనుకుంది మానస.

క్రీచ్‌మన్న శబ్దంతో కారు... సరిగ్గా దయ్యాల దిబ్బ స్మశానం దగ్గర సడన్ బ్రేక్‌తో ఆగింది. ఎదురుగా పెద్ద పిడుగు పడి రోడ్డుకు అడ్డంగా విరిగి పడిన పెద్ద చెట్టుకొమ్మ... హోరున వర్షం... మానస వెన్నులో సన్నగా వణుకు మొదలయ్యింది. "ఏం చేద్దామండీ?" ప్రణవ్ ఏమీ మాట్లాడటం లేదు. తీక్షణంగా చీకట్లోకి చూస్తున్నాడు. వర్షం క్రమంగా పెద్దదవుతూ ఉంది. మెరుపుల వెలుగులో స్మశానంలోని పెద్ద మర్రి చెట్టు... సమాధులు... భయం గొలిపేట్లు కనిపిస్తోంది. మళ్ళీ ఎక్కడో పిడుగు పడింది. ఇంతలో ఎవరో పిలిచినట్లుగా రెండు ఆకారాలు దూరంగా చీకట్లో వీరి కారు వైపు వస్తున్నాయి. మానస సన్నగా ఏడుపు మొదలు పెట్టింది. చీకట్లో ఆకారాలు మెల్లగా కారును సమీపిస్తున్నాయి. మానస గుండె చప్పుడు క్రమంగా పెరుగుతోంది. ప్రణవ్ చేతిని గట్టిగా బిగించి పట్టుకొంది. వరుణ్ భయంతో

బిత్తర చూపులు చూస్తున్నాడు. ఆకారాలు చెరోవైపుగా వచ్చి కారు అద్దానికి మొహం ఆనించాయి. ఆ చీకట్లో ఎర్రని నిప్పు కణికలలా మెరుస్తున్నాయి ఆ కళ్ళు. కారును గట్టిగా కుదుపుతున్నాయి. భయంగా, బిగ్గరగా ఆపకుండా కేకలు పెడుతోంది మానస. కారు మెల్లగా గాల్లోకి లేస్తోంది!

ఇంతలో ఎప్పుడు కారు దిగాడో, ఆ ఆకారాలకు ఎదురెళ్లి నించున్నాడు ప్రణవ్. వారి వైపు తీక్షణంగా చూస్తున్నాడు. అతని కళ్ళు ఎర్రగా చింత నిప్పులలా మెరుస్తున్నాయి. ఆ క్షణంలో అతడిని చూడటానికి మానసకు కూడా ధైర్యం చాలడం లేదు. ప్రణవ్‌ని చూసి ఆ ఆకారాలు వెనక్కు తగ్గాయి.

ప్రణవ్ కళ్ళలోకి ఒక్క క్షణం పాటు చూసి, ఏదో ఆజ్ఞ అందుకున్నట్లు ముందుకు వెళ్లి రోడ్డుకు అడ్డుగా పడి ఉన్న చెట్టుకొమ్మను అమాంతం పక్కకు తొలగించి కారును వెళ్ళమన్నట్లుగా రోడ్డుకు చెరోవైపు మౌనంగా నిలబడ్డాయి. క్షణం ఆలస్యం చెయ్యకుండా కారు ముందుకు దూకించాడు ప్రణవ్. “ఎవరండీ వాళ్ళు? ఎక్కడ నుండి వచ్చారు? ఇంత రాత్రివేళ ఇక్కడ ఏమి చేస్తున్నారు? ఎందుకు మనకు అడక్కుండానే సహాయం చేశారు?” అంత భయంలోనూ ప్రశ్నల వర్షం కురిపించింది మానస. “ఏమో, నాకూ తెలీదు! చుట్టుపక్క గ్రామాల వాళ్ళు అయి ఉండొచ్చు...” అని తల తిప్పకుండానే సమాధానం చెప్పాడు ప్రణవ్. “ఎవరైతేనేమి? నేను మొక్కుకున్న దేవుళ్ళు నా మొర ఆలకించారేమో, గండం గడిచింది...” అని నిట్టూర్చింది మానస. “దేవుళ్ళో... దెయ్యాలో... ఎవరికి తెలుసు?” ప్రణవ్ పెదాలపై సన్నని నవ్వు. వర్షం తగ్గు ముఖం పట్టింది. భయంతో కూడిన అలసట వలన మానస, వరుణ్‌లకు వెంటనే నిద్ర పట్టేసింది. కారు వేగంగా వెళుతున్నది.

..

తీక్షణమైన ఎండ వేడి మొహం మీద పడి ఉలిక్కిపడి నిద్ర లేచింది మానస. క్షణం సేపు ఏమీ అర్థం కాలేదు. కారు రోడ్డు పక్కన టీ కొట్టు

పక్కన ఆగి ఉంది. వరుణ్ ఇంకా నిద్రపోతున్నాడు. డ్రైవింగ్ సీటులో ప్రణవ్ లేడు. టీ తాగడానికి దిగి ఉంటాడు లెమ్మని, నెమ్మదిగా కారు దిగి, కొట్టు దగ్గరికి వెళ్ళింది. అక్కడ ప్రణవ్ లేడు. "టీ తాగుతావా అమ్మా! మీ కారు చాల సేపటినుండి ఇక్కడే ఉన్నట్లు ఉంది. మీరు నిద్ర పోతున్నారని లేపలేదు. ఈ ప్రాంతంలోకి ఈ సమయంలో ఎవరూ రారు. ఏ పని మీద వచ్చారు?" మాట్లాడుతూనే ఉంది టీ కాస్తున్న ఆవిడ.

"మా ఆయనను చూసావా అమ్మా ?" ఆత్రంగా అడిగింది మానస.

"లేదమ్మా, నేను వచ్చేసరికి కారులో మీ ఇద్దరే ఉన్నారు. ఇంకెవరూ కనిపించలేదు"

ఎక్కడికెళ్లాడబ్బా... చుట్టూ చూసింది మానస. కనుచూపు మేరలో ఎవరూ కనిపించడం లేదు. క్షణక్షణానికి ఆందోళన ఎక్కువవుతోంది. ఏం జరిగిందో అర్థం కావటం లేదు. తమను ఇలా ఉన్న పళంగా వదిలి ఎక్కడికి వెళ్ళాడు? అంతా అయోమయంగా ఉంది మానసకి. నీరసంగా టీ కొట్టు ముందు, బెంచి మీద కూలబడింది. అప్రయత్నంగా ఆమె చూపులు కొట్టు ముందు వేలాడుతున్న ఆ రోజు న్యూస్‌పేపర్ హెడ్‌లైన్ మీద పడ్డాయి. ప్రణవ్ ఫోటోతో బాటు న్యూస్! ఆత్రంగా ఆ పేపర్ లాక్కుని చూసింది. 'నగరంలోని ప్రముఖ వ్యాపారవేత్త ప్రణవ్ రోడ్డు ప్రమాదంలో దుర్మరణం! నిన్న సాయంత్రం నగర శివార్లలో జరిగిన ఘోర రోడ్డు ప్రమాదంలో ఆయన ప్రమాద స్థలంలోనే ప్రాణం విడిచారు' పూర్తిగా చదవకముందే మానసకి స్పృహ తప్పింది. ఆమె చేతిలోని న్యూస్‌పేపర్ గాలిలో ఎగురుతూ వెళుతోంది. అందులోని నవ్వుతున్న ప్రణవ్ ఫోటో మెల్లగా కనుమరుగై పోయింది.

***

అమ్మ (లేని) నిజం

జోరున పడుతున్న వర్షం చినుకులు మొహాన్ని తాకి ఉలిక్కిపడి లేచాడు మధు. రైలు వేగంగా పరుగెడుతోంది. జనరల్ బోగీలో ఓ మూల కిటికీకి తల ఆన్చుకొని కూర్చున్న తన స్మృతిపథంలో ఆలోచనలు అంతకన్నా వేగంగా సుడులు తిరుగుతున్నాయి. కిటికీ పక్కన రైలు ప్రయాణం మధుకి చాలా ఇష్టం. వేగంగా పరుగెత్తే చెట్లు, కొండలు, కరెంటు స్తంభాలు, ఇండ్లు, పొలాలు... అదో గమ్మత్తైన అనుభూతి... కానీ ఇప్పుడు అవేవీ అతడికి ఆ అనుభూతిని సంతోషాన్ని ఇవ్వటం లేదు. తనకు తెలీకుండానే కంటిలో నీరు ధారలు కడుతోంది. చేతిలో కాగితం గాలికి రెప రెపలాడుతోంది. "మదర్ ఎక్స్పైర్డ్ ... స్టార్ట్ ఇమ్మీడియెట్లీ!" అని ఇంటి దగ్గర నుండి మధు చిన్ననాటి స్నేహితుడు వేణు ఇచ్చిన టెలిగ్రామ్ అది.

**

ఈ రోజు మధ్యాహ్నం అనాటమీ క్లాస్‌లో ఉండగా పోస్ట్ మాన్ వెతుక్కొంటూ వచ్చి ఇచ్చి వెళ్ళాడు. ఆ క్షణం కాళ్ళకింద భూమి కదలి పోతున్న ఫీలింగ్. కళ్ళు బైర్లు కమ్మి కూలబడ్డాడు. చుట్టూ చేరిన బ్యాచ్‌మేట్స్ ఓదార్చడానికి విఫల ప్రయత్నం చేశారు. ఎలా ఓదార్చగలరు? తనకు తగిలిన ఈ షాక్‌నుండి కోలుకోవడం సాధ్యమేనా?? అసలు తనంత దురదృష్టవంతుడు ఈ లోకంలో ఎవరు ఉండరేమో ..? పుట్టిన ఐదేళ్లకే ఊహ తెలీని రోజుల్లోనే తండ్రిని పోగొట్టుకున్నాడు. రెక్కలు ముక్కలు చేసుకొని తనను, ఇద్దరు చెల్లెళ్లను కంటికి రెప్పలా కాపాడుకుంటున్న తల్లి ఇప్పుడు దూరమైతే, ఇక అంతకన్నా దారుణం ఉంటుందా? ఇక ఏమిటి అతడి

దారి? తన ఇద్దరి చిట్టి చెల్లెళ్ళ భవిష్యత్తు ?? ఊరిలో వాళ్లకు నా అన్న వాళ్ళు లేరు. అమ్మానాన్నలు ఆ రోజుల్లో ఇంట్లో వాళ్లను ఎదిరించి ప్రేమ వివాహం చేసుకొని వాళ్ళ పెద్దలకు దూరం అయ్యారు. నాన్న అమ్మను తీసుకొని వేరే ఊరు వచ్చి చిన్న ఉద్యోగం సంపాదించుకొని ఆనందంగా ఉన్న రోజులు తనకు లీలగా గుర్తు. పిల్లలు పుట్టిన సంతోష క్షణాలు కూడా వాళ్ళ అమ్మమ్మ, తాతల రాతిగుండెలను కరిగించలేక పొయ్యాయి. ఆఖరికి రోడ్డు ప్రమాదంలో నాన్న చనిపోయిన విషాద సమయంలో కూడా వచ్చి వాళ్ళ బాధ్యతలు యాంత్రికంగా నిర్వహించి, నిర్దయతో వాళ్ళను అమ్మతో బాటు వదిలి వెళ్లిపోయారు.

అమ్మ కళ్ళల్లో సుడులు తిరిగిన కన్నీళ్లు మధుకి ఇంకా బాగా గుర్తు... ఆ క్షణంలో పెరిగి పెద్దవాడై అమ్మకు ఏ కష్టం రాకుండా చూసుకోవాలి అని నిర్ణయించుకున్నాడు. ఆ కసితోనే చదువుల్లో ముందు ఉండేవాడు. తనను డాక్టర్‌గా చూడాలని అమ్మ కోరిక, అదే తన లక్ష్యంగా మారింది. రేయింబవళ్లు కష్టపడి చదివాడు. అంగన్వాడి బడిలో పని చేస్తూ అమ్మ తను వద్దు అంటున్నా వినకుండా, తన వంటి మీద మిగిలిన నగలను అమ్మి మరీ కోచింగ్‌కి నెల్లూరు పంపించింది. క్రమం తప్పకుండా ప్రతి వారం వచ్చి చూసి వెళ్ళేది. ఎంత వద్దన్నా వినకుండా తినడానికి అతడికి , స్నేహితులకు చాలా పిండివంటలు స్వయంగా చేసుకొని వెళ్ళేది. చెల్లెళ్ళ చదువులకు కూడా ఏమాత్రం లోపం జరగకుండా రాత్రనక పగలనక కష్టపడుతోంది. మెడిసిన్‌లో ఖచ్చితంగా సీట్ వస్తుందని అమ్మకు తన మీద పూర్తి భరోసా. కానీ, అక్కడ కూడా విధి చిన్న చూపు చూసింది, ఒక్క మార్కులో మధు కి మెడిసిన్ సీట్ మిస్ అయ్యింది.

నిరాశలో మునిగి పోయిన మధు ని అమ్మ వెన్ను తట్టి సముదాయించింది. తనకు వచ్చిన మార్కులకు వెటర్నరీ డాక్టర్ కోర్స్ లో

సీట్ వస్తుందని వాళ్ళ ఊరి మాస్టర్ ద్వారా తెలుసుకొని మధుని ప్రోత్సహించింది. "మనుషుల కన్నా జంతువులకు సేవ చేసే అవకాశం రావడం చాలా అదృష్టం. నీకు ఆ అవకాశం ఆ భగవంతుడే ఇచ్చాడు. మారు మాట్లాడకుండా జాయిన్ అవ్వు", అని తనే స్వయంగా మధు ని కాలేజీలో దిగ బెట్టి వెళ్లి నెల రోజులు కూడా కాలేదు, ఇంతలో ఈ పిడుగులాంటి వార్త!!

ఇప్పుడు ఇక అమ్మ కోరిక తీర్చే అవకాశం కూడా తనకు లేనట్టే. చెల్లెళ్ళను చూసుకోవడానికి ఇక తను తప్ప ఎవరున్నారు...? కాబట్టి, కోర్స్ మానేసి ఊరిలో ఏదయినా చిన్న పని చూసుకోవాలి అనుకున్నాడు ... ఎందుకు భగవంతుడు ఇంత త్వరగా అమ్మను నా నుండి లాగేసుకున్నాడు...? ఎందుకు నా మీద ఇంత నిర్దయ? అమ్మకు నాకు తెలిసినంత వరకూ ఏ రకమైన అనారోగ్యమూ లేదు... అసలు అక్కడ ఏమి జరిగింది..? అని అతడి అంతరంగ ఆక్రోశిస్తోంది. విజయనగరం మారుమూల ఒక చిన్న గ్రామం తనది. ఊరిలో ఉన్న ఒకే ఒక్క పోస్ట్ ఆఫీస్ ఫోన్‌కి మాత్రమే ట్రంక్‌కాల్ సదుపాయం ఉంది. అది కూడా ఎప్పుడూ సరిగా పని చేయదు. ఉంటే అతడి స్నేహితుడు వేణు నే టెలిగ్రామ్ బదులు ఫోన్ చేసేవాడు, విషయం పూర్తిగా చెప్పేవాడు.

..

టెలిగ్రామ్ అందిన వెంటనే ఆఘమేఘాల మీద బయలుదేరాడు మధు. అప్పటికి ట్రైన్ బయలుదేరడానికి ఒక గంట సమయం మాత్రమే ఉంది. ల్యాబ్ నుండి ఎలా బయటపడ్డాడో తెలీదు. అప్పటికే బాగా క్లోజ్ అయిన మిత్రులు సమయానికి ఆపద్బాంధవుల్లా ఆదుకున్నారు. తన రూమ్‌మేట్ చంద్రంగాడు జడివానను కూడా లెక్క చెయ్యకుండా వాడి సైకిల్ మీద ఎక్కించుకొని సుడిగాలిలా స్టేషన్ చేర్చాడు. తిరుపతి రైల్వే స్టేషన్‌లో

ఎప్పటిలానే తిరునాళ్ల సందడి ఉంది. లోపలి వెళ్ళడానికి చాలా కష్టపడాల్సి వచ్చిది. మరో ఫ్రెండ్ సాయిగాడు ఎప్పుడు దూరాడో జనరల్ కంపార్ట్మెంట్‌లోకి బాణంలా దూసుకెళ్లి కిటికీ పక్కన సీట్ సంపాదించాడు. జనరల్ టికెట్ ఎప్పుడు మధు జేబులో వచ్చి చేరిందో తెలీలేదు, రాత్రి తినడానికి తనకు టిఫిన్, వాటర్ బాటిల్ సిద్ధం చేశారు. మధుని ఒంటరిగా పంపడానికి వాళ్ళకే మాత్రం ఇష్టం లేదు. ఒకరిద్దరు వాడితో పాటు రావడానికి రెడీ అయ్యారు. మధు బలవంతంగా వారించాడు ..

చీకటి పడింది. కిక్కిరిసిన రైలు బోగీలో జనం కునికిపాట్లు పడుతున్నారు. ఏడుస్తున్న చంటిపాపను సముదాయించడానికి ఒక తల్లి విశ్వప్రయత్నం చేస్తోంది. వర్షం తీవ్రత అంతకంతకూ పెరుగుతోంది. క్షణం ఒక యుగంలా గడుస్తోంది, గమ్యం చేరేసరికి తెల్లవారుతుంది. అప్పటిదాకా ఈ నరకయాతన తప్పదు. వచ్చిన ప్రతి స్టేషన్‌లో రైలు ఆగుతోంది, ఆగిన ప్రతి సారీ ఉలిక్కిపడి లేస్తున్నాడు. తన ఊరి స్టేషన్ వచ్చేసిందేమో అని ఆత్రంగా కిటికీలోనుంచి చూస్తున్నాడు . అతడి జీవితంలో అంత సుదీర్ఘమైన వ్యధాభరితమైన ప్రయాణం మరొకటి లేదేమో...

మనస్సు స్థిమితపడటానికి భగవంతుణ్ణి చాలా సార్లు తలచుకున్నాడు . “మనకు ఏ కష్టం వచ్చినా భగవంతుడి మీద భారం వేసి వాటిని ఎదుర్కోవడానికి సిద్ధం కావాలి బాబూ...” అని అమ్మ చెప్పిన మాటలు... పదే పదే గుర్తుకు వస్తున్నాయి. నిజానికి అమ్మ మధు కి తొలిగురువు. వాడికి ఏ కష్టం వచ్చినా ముందు అమ్మను తలుచుకుంటే కొండంత ధైర్యం వస్తుంది. మరి అటువంటి అమ్మే దూరమైన ఈ కష్టం నుండి తనని ఏ దేవుడు బయట పడేస్తాడు?? “భగవంతుడు కరుణామయుడు బాబూ... నమ్మిన వాళ్లకు ఎప్పుడూ ద్రోహం చెయ్యడు... స్వామి ఆశీస్సులు నీకు ఎప్పుడూ ఉంటాయి...” అంటూ ఒక ముసలి యాచకుడు మగత నిద్రలో

ఉన్న మధు నుదిటి మీద విభూది పెట్టి, అతడి జేబులో చిన్నప్పటినుండీ ఇష్టదైవమైన చిన్న ఆంజనేయస్వామి ఫోటో పెట్టి ఆశీర్వదించాడు. చిన్నప్పుడు గుడికి తీసుకెళ్లి కుంకుమ పెడుతూ అమ్మ అచ్చం అలాగే చెప్పేది... ఉలిక్కిపడి పూర్తిగా కనులు తెరిచేలోపు ఆ ముసలాయన ముందుకు సాగిపొయ్యాడు. తడుముకుని చూస్తే జేబులో ఆంజనేయ స్వామి ఫోటో... ఏడుస్తూ, మగత నిద్రలోకి జారు కున్నాడు ..,.. రైలు వేగంగా అతడి గమ్యం వైపు పరుగెడుతోంది.

..

గట్టి కుదుపుతో ట్రైన్ ఆగిన శబ్దానికి మెలకువ వచ్చింది. తెల్లవారింది. తన ఊరి స్టేషన్ !! అప్పటి దాకా ఉగ్గబట్టిన దుఃఖం మళ్ళీ కట్టలు తెంచుకునేలా ఉంది. కాళ్లల్లో సన్నని వణుకు మొదలైయింది. యాంత్రికంగా జనాలు నెట్టుతుంటే ట్రైన్ దిగాడు. కళ్ళనిండా సుడులు తిరుగుతున్న కన్నీళ్లు. ప్లాట్ఫారం మీద దూరంగా ఉదయిస్తున్న సూరీడు, ముందు అస్పష్టంగా అమ్మ రూపం కదలి తన వైపే ఆత్రంగా వస్తూ ఉంది!! కళ్ళు తుడుచుకొని చూసాడు ! అమ్మ!!! కళ్ళు నులుముకుని మళ్ళీ మళ్ళీ చూసాడు ... సందేహం లేదు... ఖచ్చితంగా అమ్మే!!

పరుగున వెళ్లి గట్టిగా హత్తుకున్నాడు కన్నీటి ప్రవాహం ఇంకా ఆగటం లేదు. కానీ ఇప్పుడు అవి తన ఆనంద బాష్పాలు... జరిగిన సంగతి అర్థం కావటానికి మధుకి ఎంతో సేపు పట్టలేదు. చనిపోయింది తన స్నేహితుడు వేణు వాళ్ళ అమ్మ. ఇద్దరికీ ఉన్న చనువు వలన "మదర్ ఎక్స్పైర్డ్" అని టెలిగ్రామ్ ఇచ్చాడు. ఆ రోజు, ఆ క్షణం అమ్మను హత్తుకొని తను అలా ఎంతసేపు ఏడ్చాడో తనకే తెలీలేదు. "నెల రోజులకే ఇలా దిగులు పెట్టుకుంటే ఎలారా? పిచ్చి వెధవా... వేణుకి మనం ఉన్నాము లేరా, ఆరోగ్యం బాగాలేక వాళ్ళ అమ్మ చనిపోయింది. వాడికి ధైర్యం చెప్పాల్సిన

నువ్వే ఇలా ఐపోతే ఎలారా?" అని విషయం పూర్తిగా తెలియని వాళ్ళ అమ్మ ఓదారుస్తూనే ఉంది. పూర్తిగా తేరుకొని చూసేసరికి కళ్ళనిండా నీళ్లతో తన ప్రాణమిత్రుడు వేణు... ఎంత విచిత్రమైన పరిస్థితి!! తల్లి క్షేమంగా ఉంది అన్న అంతులేని ఆనందం, తన మిత్రుడి తల్లి మరణించిందన్న విషాదాన్ని రెప్పపాటు కాలం కప్పేసింది... ఇప్పుడు తన స్థానంలో తన మిత్రుడిని చూసి మధు మనస్సు బాధగా నిట్టూర్చింది. అమ్మ ఎవరికైనా అమ్మే కదా...

..

ఆ సంఘటన జరిగి ఇప్పటికి చాలాసంవత్సరాలు అయ్యింది..!! మధు వెటర్నరీ కోర్స్ పూర్తి చేసి అమ్మ కోరిక ప్రకారం వెటర్నరీ డాక్టర్‌గా స్థిరపడ్డాడు. చెల్లెళ్లను ఇద్దరినీ బాగా చదివించి, పెళ్లిళ్లు చేసాడు. అమ్మ ఇప్పుడు మధు దగ్గరే ఉంది. ఆమె కోరికలన్నీ నెరవేరాయి. అమ్మ దూరమైందని తను బాధపడిన ఆ రోజును మధు ఎప్పటికీ మరచిపోలేను. తరువాత చాలాకాలం పాటు ఎన్నో రాత్రులు అవే జ్ఞాపకాలతో నిద్రలో ఉలిక్కిపడి లేచేవాడు. అది నిజం కాదని తెలిసి మనస్సు తేలిక అయ్యిది. అప్పటికప్పుడు వెళ్లి అమ్మ మొహం చూసి వస్తే కానీ తన మనస్సు స్థిమిత పడేది కాదు. ఆ రోజు ట్రెన్‌లో ముసలి యాచకుడు ఇచ్చిన ఆంజనేయ స్వామి ఫోటో ఇప్పటికీ... మధు జేబులో భద్రంగా ఉంది. తన పిల్లలకి ఈ విషయాన్ని ఎన్నో సార్లు చెప్పాడు .. కానీ ఇప్పటికీ తన తల్లి కి మాత్రం చెప్పలేదు!! తథాస్తు దేవతలు ఉంటారేమో అని వాడి భయం. మరోసారి అమ్మను దూరం చేసుకోవడానికి వాడు సిద్ధంగా లేడు మరి!!

...

(సాక్షి ఫండే 'కొత్త కథలోళ్లు' శీర్షికలో 'ప్రయాణం' అనే పేరుతో 8 సెప్టెంబర్ 2019 సంచికలో ప్రచురితమైన కథ.)